English/Vietnamese Edition

The New Oxford Picture Dictionary

E.C. Parnwell

Translated by Hai Trong Tran

Illustrations by:
Ray Burns
Bob Giuliani
Laura Hartman
Pamela Johnson
Melodye Rosales
Raymond Skibinski
Joel Snyder

Oxford University Press

Oxford University Press

198 Madison Avenue
New York, NY 10016 USA

Great Clarendon Street
Oxford OX2 6DP England

Oxford New York
Athens Auckland Bangkok Bogotá Buenos Aires Calcutta Cape Town
Chennai Dar es Salaam Delhi Florence Hong Kong Istanbul Karachi
Kuala Lumpur Madrid Melbourne Mexico City Mumbai Nairobi Paris
São Paulo Singapore Taipei Tokyo Toronto Warsaw

and associated companies in
Berlin Ibadan

OXFORD is a trademark of Oxford University Press.

ISBN 0-19-434358-8

Associate Editor: Mary Lynne Nielsen
Assistant Editor: Mary Sutherland
Art Director: Lynn Luchetti
Production Coordinator: Claire Nichol
The publishers would like to thank the following agents for their cooperation:
Carol Bancroft and Friends, representing Bob Giuliani,
Laura Hartman, and Melodye Rosales.

Publishers Graphics Inc., representing Ray Burns,
Pamela Johnson, and Joel Snyder.

Cover illustration by Laura Hartman.

Printing (last digit): 20 19 18 17 16 15 14 13 12 11

Printed in Hong Kong

The New Oxford Picture Dictionary contextually illustrates over 2,400 words. The book is a unique language learning tool for students of English. It provides students with a glance at American lifestyle, as well as a compendium of useful vocabulary.

The *Dictionary* is organised thematically, beginning with topics that are most useful for the "survival" needs of students in an English-speaking country. However, pages may be used at random, depending on the students' particular needs. The book need not be taught in order.

The New Oxford Picture Dictionary contextualizes vocabulary whenever possible. Verbs have been included on separate pages, but within a topic area where they are most likely to occur. However, this does not imply that these verbs only appear within these contexts.

Articles are shown only with irregular nouns. Regional variations of the primary translation are listed following a slash (/). A complete index with pronunciation guide in English is in the Appendix.

For further ideas on using *The New Oxford Picture Dictionary*, see the *Listening and Speaking Activity Book*, the *Teacher's Guide*, and the two workbooks: *Beginner's* and *Intermediate* levels. Also available in the program are a complete set of *Cassettes*, offering a reading of all the words in the *Dictionary*; *Vocabulary Playing Cards*, featuring 40 words and the corresponding pictures on 80 cards, with ideas for many games; and sets of *Wall Charts*, available in one complete package or in three smaller packages. All of these items are available in English only.

Quyển *Tân Tự-Điển Tranh-Ảnh Oxford* dùng hình vẽ để giải-nghĩa trên 2.400 chữ. Quyển tự-điển này là một công-cụ đặc-biệt học-viên có thể dùng để học Anh-ngữ. Quyển tự-điển này trình-bày cho học-viên một khái-niệm tổng-quát về lối sinh-hoạt của người Hoa-kỳ, và đồng thời cung-cấp một bản tóm-lược các từ-ngữ thông-dụng.

Quyển *Tự-Điển* được tổ-chức theo tiết-mục, khởi đầu với các đề-tài hữu-dụng nhất cho nhu-cầu "sinh-tồn" của học-viên trong một quốc-gia nói tiếng Anh. Tuy nhiên, học-viên có thể tùy nhu-cầu đặc-biệt của mình mà xử-dụng bất cứ trang nào trong quyển *Tự-điển*, không cần phải theo thứ-tự.

Quyển *Tân Tự-Điển Tranh-Ảnh Oxford* đã được soạn-giả cố-gắng trình-bày các từ-ngữ theo từng tiết-mục trong khung-cảnh tự-nhiên. Các động-từ được xếp vào trang riêng, nhưng vẫn nằm trong phạm-vi đề-tài mà các động-từ này được xử-dụng. Tuy nhiên, điều này không có nghĩa là các động-từ này chỉ xuất-hiện trong phạm-vi các đề-tài này.

Phần Phụ-lục gồm tất cả các từ-ngữ trong quyển tự-điển này xếp theo mẫu-tự và có chỉ-dẫn cách phát-âm. Ngoài ra, phần này cũng gồm có các từ-ngữ tiếng Việt xếp theo mẫu-tự.

Muốn biết thêm cách xử-dụng quyển *Tân Tự-Điển Tranh-Ảnh Oxford*, quí-vị có thể tham-khảo quyển *Teacher's Guide* (Chỉ-dẫn cho Người Dạy) và hai quyển tập: trình độ *Beginner's* và *Intermediate*. Trong chương-trình này cũng có một bộ băng *Cassettes* thâu cách đọc của tất cả các từ-ngữ trong quyển *Tự-Điển*, và các bộ *Wall Charts* (Hình Vẽ Treo Tường) có thể đặt mua toàn bộ hay chia ra làm ba bộ nhỏ hơn. Chúng tôi chỉ có bộ băng *Cassettes* và các bộ *Wall Charts* bằng Anh-ngữ mà thôi.

	Page
People and Relationships *Người ta và Liên-hệ Gia-đình*	2
The Family *Gia-đình*	3
The Human Body *Thân-thể Người ta*	4–5
Vegetables *Rau Cải*	6–7
Fruits *Trái Cây*	8–9
Meat, Poultry, and Seafood *Thịt, Gà Vịt, và Đồ biển*	10–11
Containers, Quantities, and Money *Hộp, Số-lượng, và Tiền Bạc*	12–13
The Supermarket *Siêu-thị*	14–15
Family Restaurant and Cocktail Lounge *Tiệm Ăn Gia-đình và Quán Rượu*	16
Restaurant Verbs *Động-từ Dùng Trong Tiệm Ăn*	17
Common Prepared Foods *Các Thức Ăn Thông-thường*	18
Outdoor Clothes *Quần Áo Mặc Ngoài Trời*	19
Everyday Clothes *Quần Áo Hằng Ngày*	20–21
Underwear and Sleepwear *Đồ Lót và Đồ Ngủ*	22
Jewelry and Cosmetics *Nữ-trang và Mỹ-phẩm*	23
Describing Clothes *Mô-tả Quần Áo*	24
Describing the Weather *Mô-tả Thời-tiết*	25
Seasonal Verbs *Động-từ Dùng Theo Mùa*	26
Houses *Nhà Cửa*	27
The Living Room *Phòng Khách*	28
The Dining Room *Phòng Ăn*	29
The Kitchen *Nhà Bếp*	30
Kitchen Verbs *Động-từ Dùng Trong Nhà Bếp*	31
The Bedroom *Phòng Ngủ*	32
The Baby's Room *Phòng Em Bé*	33
The Bathroom *Phòng Tắm*	34
The Utility Room *Phòng Dụng-cụ*	35
A Workshop *Xưởng Nhỏ*	36–37
Housework and Repair Verbs *Động-từ Chỉ Việc Trong Nhà và Sửa-chữa*	38
Medical and Dental Care *Săn-sóc Y-tế và Răng*	39
Ailments and Injuries *Bệnh-tật và Thương-tích*	40
Treatments and Remedies *Điều-trị và Cứu-chữa*	41
Firefighting and Rescue *Chữa Lửa và Cứu-cấp*	42
Crime and Punishment *Tội-phạm và Trừng-phạt*	43
The City *Thành-phố*	44–45
The U.S. Postal System *Hệ-thống Bưu-điện Hoa-kỳ*	46
The Public Library *Thư-viện Công-cộng*	47
The Armed Forces *Quân-đội*	48
Trucks *Xe Chở Hàng*	49
Cars *Xe Hơi*	50–51
Bikes *Xe Đạp*	52
Highway Travel *Di-chuyển Trên Xa-lộ*	53
Public Transportation *Chuyên-chở Công-cộng*	54–55
Air Travel *Di-chuyển Bằng Máy Bay*	56
Aircraft *Máy Bay*	57
In Port *Trên Bến Tàu*	58
Pleasure Boating *Du-thuyền*	59
Plants and Trees *Cây-cối*	60–61

cà tô-mách, cà chua	**19.** tomato(es)	trái bí dzu-ki-ni	**27.** zucchini
dưa chuột, dua leo	**20.** cucumber(s)	trái bí rợ loại nhỏ	**28.** acorn squash
cà dái dê	**21.** eggplant	củ cải đỏ	**29.** radish(es)
ớt	**22.** pepper(s)	nấm	**30.** mushroom(s)
khoai tây	**23.** potato(es)	hành	**31.** onion(s)
khoai mỡ, khoai lang	**24.** yam	cà-rốt	**32.** carrot(s)
tỏi	**25.** garlic	củ cải đường	**33.** beet(s)
tép (tỏi)	**a.** clove	củ cải, củ xu-hào	**34.** turnip
trái bí đỏ, bí rợ	**26.** pumpkin		

(một chùm) nho	**1.** (a bunch of) grapes
trái táo	**2.** apple
cuống	**a.** stem
lõi, hạt	**b.** core
trái dừa	**3.** coconut
trái thơm	**4.** pineapple
trái xoài	**5.** mango
trái đu-đủ	**6.** papaya

Trái Cây Chua — **Citrus Fruits**

trái bưởi	**7.** grapefruit
trái cam	**8.** orange
múi	**a.** section
vỏ (cam, quít)	**b.** rind
hột	**c.** seed

trái chanh	**9.** lemon
trái chanh	**10.** lime

Trái Dâu — **Berries**

trái dâu rừng xanh	**11.** gooseberries
trái dâu đen	**12.** blackberries
trái dâu tía	**13.** cranberries
trái dâu xanh	**14.** blueberries
trái dâu tây	**15.** strawberry
trái dâu rừng	**16.** raspberries

trái xuân-đào	**17.** nectarine
trái lê	**18.** pear

trái anh-đào	**19.** cherries
(một nải) chuối	**20.** (a bunch of) bananas
vỏ	**a.** peel

Trái Cây Khô   **Dried Fruits**

trái vải	**21.** fig
trái chà-là	**22.** prune
trái mận khô	**23.** date
trái nho khô	**24.** raisin(s)

| trái mơ | **25.** apricot |
| trái dưa-hấu | **26.** watermelon |

Các Loại Hạt   **Nuts**

hạt đào lộn hột	**27.** cashew(s)
đậu phộng, lạc	**28.** peanut(s)
hạt hồ-đào	**29.** walnut(s)
hạt dẻ	**30.** hazelnut(s)
hạt hạnh-nhân	**31.** almond(s)
hạt dẻ tây	**32.** chestnut(s)

trái a-vô-ca	**33.** avocado
trái mận	**34.** plum
trái dưa mật	**35.** honeydew melon
trái dưa bí	**36.** cantaloupe
trái đào	**37.** peach
hột	**a.** pit
vỏ	**b.** skin

A

Thịt	A. Meat		thịt (heo) quay	8. roast
thịt bò	1. beef		thịt sườn	9. chops
thịt bò xay	2. ground beef		sườn non	10. spare ribs
thịt quay	3. roast		thịt ba chỉ	11. bacon
thịt ra-gu, thịt hầm	4. stewing meat		thịt đùi	12. ham
thịt bíp-tếch	5. steak		thịt cừu	13. lamb
thịt heo	6. pork		đùi	14. leg
dồi, xúc-xích	7. sausage		thịt sườn	15. chops

FISH MEAT POULTRY

EXPRESS LANE 10 ITEMS OR LESS

đồ dùng trong nhà	**15.** household items	người tính tiền	**22.** cashier
cái thùng, cái vựa	**16.** bin	cái đai chuyển hàng	**23.** conveyor belt
khách-hàng	**17.** customer	thức ăn khô	**24.** groceries
thức ăn nhẹ giữa bữa	**18.** snacks	bao, bị	**25.** bag
xe đẩy trong chợ	**19.** shopping cart	quầy tính tiền	**26.** checkout counter
biên-nhận	**20.** receipt	chi-phiếu	**27.** check
máy tính tiền	**21.** cash register		

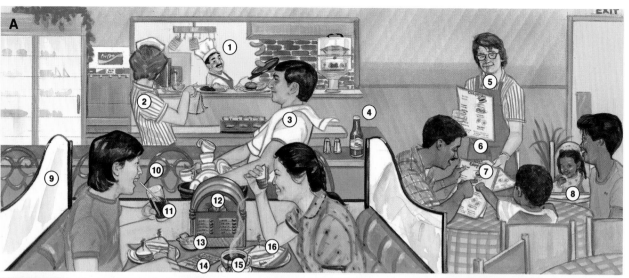

Tiệm Ăn Gia-đình	**A. Family Restaurant**		Quán Rượu	**B. Cocktail Lounge**
người đầu bếp	**1.** cook		cái mở nút chai	**17.** corkscrew
cô hầu bàn	**2.** waitress		cái nút chai	**18.** cork
người dọn bàn trong tiệm ăn	**3.** busboy		rượu vang	**19.** wine
tương ketchup	**4.** ketchup		vòi nước ngọt, vòi rượu	**20.** tap
người hầu bàn	**5.** waiter		người pha rượu	**21.** bartender
áo che của người đầu bếp	**6.** apron		rượu mạnh (chai)	**22.** liquor (bottle)
hay hầu bàn			bia, la-ve	**23.** beer
thực-đơn	**7.** menu		quầy rượu	**24.** bar
ghế cao cho trẻ em	**8.** high chair		cái ghế nơi quầy rượu	**25.** bar stool
chỗ ngồi riêng biệt	**9.** booth		ống điếu	**26.** pipe
ống hút	**10.** straw		miếng lót ly	**27.** coaster
nước ngọt	**11.** soft drink		(tập) diêm quẹt	**28.** (book of) matches
máy hát dĩa	**12.** jukebox		cái gạt tàn thuốc	**29.** ashtray
đường (bịch, gói)	**13.** sugar (packet)		quẹt máy	**30.** lighter
giấy tính tiền	**14.** check		điếu thuốc lá	**31.** cigarette
trà	**15.** tea		cô hầu rượu	**32.** cocktail waitress
bánh mì xăng-quích, bánh mì thịt	**16.** sandwich		cái khay	**33.** tray

cái bao tay, găng tay	**1.** gloves		cái quần bó ống	**14.** tights
cái mũ chụp đầu	**2.** cap		giày trợt nước đá	**15.** ice skates
cái áo nỉ	**3.** flannel shirt		cái mũ đội đi trợt tuyết	**16.** ski cap
cái bao mang sau lưng	**4.** backpack		cái áo jacket	**17.** jacket
cái áo giấc-kết mùa đông	**5.** windbreaker		cái mũ	**18.** hat
cái quần jean (xanh)	**6.** (blue) jeans		cái khăn quàng	**19.** scarf
cái áo len bịt cổ	**7.** (crewneck) sweater		cái áo khoác ngoài	**20.** overcoat
cái áo parka mặc mùa đông	**8.** parka		giày ống	**21.** boots
giày ống đi rừng	**9.** hiking boots		cái mũ bê-rê	**22.** beret
cái bịt lỗ tai	**10.** earmuffs		cái áo len (cổ chữ V)	**23.** (V-neck) sweater
cái bao tay	**11.** mittens		cái áo khoác	**24.** coat
cái áo lông ngỗng	**12.** down vest		giày đi mưa	**25.** rain boots
cái áo len cổ rùa	**13.** (turtleneck) sweater			

cái rờ-ve áo tây	**1.** lapel	cái quần ngắn thể-thao, quần đùi	**14.** shorts
cái áo tây đàn ông	**2.** blazer	tay dài	**15.** long sleeve
cái nút, cúc	**3.** button	dây thắt lưng	**16.** belt
cái quần	**4.** slacks	cái khóa dây thắt lưng	**17.** buckle
cái gót giầy	**5.** heel	cái bao đi chợ	**18.** shopping bag
cái đế giầy	**6.** sole	giày săn-đanh	**19.** sandal
sợi dây giày	**7.** shoelace	cổ áo	**20.** collar
cái áo rút mồ hôi	**8.** sweatshirt	tay ngắn	**21.** short sleeve
cái ví tiền	**9.** wallet	cái áo đầm	**22.** dress
cái quần rút mồ hôi	**10.** sweatpants	cái ví đàn bà	**23.** purse
giày thể-thao	**11.** sneakers	cây dù	**24.** umbrella
vành khăn thấm mồ hôi	**12.** sweatband	giày cao gót	**25.** (high) heels
cái áo thun không tay	**13.** tank top		

cái áo len cài nút	**26.** cardigan	cái áo mưa	**38.** raincoat
cái quần (nhung corduroy)	**27.** (corduroy) pants	cái áo gi-lê	**39.** vest
cái mũ cứng của thợ, mũ sắt	**28.** hard hat	bộ quần áo tây ba mảnh	**40.** three-piece suit
cái áo thun có tay ngắn	**29.** T-shirt	cái túi	**41.** pocket
bộ quần áo may liền của thợ	**30.** overalls	giày không cột giây	**42.** loafer
cái hộp đựng bữa ăn trưa	**31.** lunch box	cái mũ đồng-phục	**43.** cap
giày ống (của thợ xây cất)	**32.** (construction) boots	cái kiến đeo mắt, cái kính đeo mắt	**44.** glasses
cái áo giắc-kết	**33.** jacket	đồng-phục	**45.** uniform
cái áo sơ-mi đàn bà	**34.** blouse	cái áo sơ-mi	**46.** shirt
cái ví đeo vai của đàn bà	**35.** (shoulder) bag	cái cà-vạt	**47.** tie
cái váy, cái củng	**36.** skirt	tờ báo	**48.** newspaper
cái cặp đựng giấy tờ	**37.** briefcase	giày	**49.** shoe

Đồ Lót và Đồ Ngủ

cái áo lót đàn ông	**1.** undershirt	cái xi-líp đàn bà loại nhỏ	**11.** (bikini) panties
cái quần sọt,	**2.** boxer shorts	cái xi-líp đàn bà	**12.** briefs
cái quần ngắn đàn ông		cái yếm, cái nịt vú	**13.** bra(ssiere)
cái quần xì-líp đàn ông,	**3.** underpants	cái nịt bụng của đàn bà	**14.** garter belt
cái quần lót đàn ông		cái quần nịt bụng của đàn bà	**15.** girdle
cái quần nịt của thể-thao-gia	**4.** athletic supporter	vớ dài đến đầu gối	**16.** knee socks
vớ quần lót đàn bà, vớ pantyhose	**5.** pantyhose	vớ	**17.** socks
vớ đàn bà	**6.** stockings	dép mang trong nhà	**18.** slippers
bộ quần áo lót mùa đông	**7.** long johns	bộ quần áo ngủ	**19.** pajamas
cái váy lót	**8.** half slip	cái áo choàng mặc sau khi tắm	**20.** bathrobe
cái áo lót đàn bà	**9.** camisole	cái áo ngủ đàn bà	**21.** nightgown
cái áo lót dài đàn bà	**10.** full slip		

Nữ-trang	A. Jewelry	Đồ Buồng Tắm và Trang-điểm	B. Toiletries and Makeup
cái bông tai, cái hoa tai	1. earrings	cái dao cạo	20. razor
chiếc nhẫn	2. ring(s)	dầu xức sau khi cạo râu	21. after-shave lotion
chiếc nhẫn đính-hôn	3. engagement ring	kem cạo râu	22. shaving cream
chiếc nhẫn cưới	4. wedding ring	lưỡi dao cạo	23. razor blades
sợi dây chuyền	5. chain	cây cà móng tay	24. emery board
cái vòng đeo cổ	6. necklace	thuốc đánh móng tay	25. nail polish
(chuỗi) hạt cườm	7. (strand of) beads	cây viết chì kẻ lông mày	26. eyebrow pencil
cái kim cài trên áo	8. pin	dầu thơm	27. perfume
cái vòng đeo tay, chiếc xuyến	9. bracelet	cái lông mi giả	28. mascara
cái đồng hồ đeo tay	10. watch	môi son	29. lipstick
dây đồng hồ	11. watchband	phấn đánh mắt	30. eye shadow
cái nút măng-sét	12. cuff links	cái cắt móng tay	31. nail clippers
cái kim gài cà-vạt	13. tie pin	cái chổi lông trang-điểm	32. blush
cái kẹp cà-vạt	14. tie clip	mực kẻ viền con mắt	33. eyeliner
cái bông tai kẹp	15. clip-on earring		
cái bông tai xỏ	16. pierced earring		
cái móc gài, cái khoen	17. clasp		
cái chốt	18. post		
mặt sau	19. back		

ngắn, cụt	**1.** short
dài	**2.** long
chật	**3.** tight
rộng	**4.** loose
dơ, bẩn	**5.** dirty
sạch	**6.** clean
nhỏ	**7.** small
lớn	**8.** big
lợt, nhạt	**9.** light
đậm	**10.** dark
cao	**11.** high

thấp	**12.** low
mới	**13.** new
cũ	**14.** old
mở, hở	**15.** open
đóng	**16.** closed
sọc	**17.** striped
ca-rô, ô vuông	**18.** checked
chấm	**19.** polka dot
nguyên màu	**20.** solid
in hoa, bông	**21.** print
sọc vuông	**22.** plaid

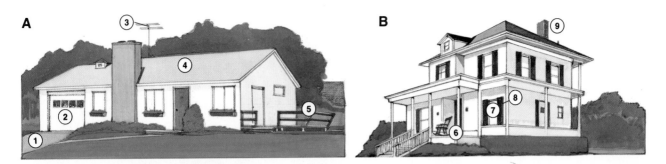

Nhà Một Tửng, Nhà Trại	**A. Ranch House**	cỏ	**15.** grass
đường xe ra vào	**1.** driveway	thùng tưới nước	**16.** watering can
cái nhà xe	**2.** garage	sân trải gạch hay xi-măng	**17.** patio
dây ăng-ten ti-vi	**3.** TV antenna	ống máng xối	**18.** drainpipe
cái mái nhà, cái nóc nhà	**4.** roof	cái cửa lưới	**19.** screen
cái sàn gỗ	**5.** deck	cái bao tay	**20.** mitt
		cái xúc thức ăn	**21.** spatula
Nhà Hai Tửng Kiểu Thuộc-Địa	**B. Colonial-style House**	cái lò nướng than	**22.** grill
cái mái hiên	**6.** porch	cục than luyện	**23.** charcoal briquettes
cái cửa sổ	**7.** window	cái ghế dài để nằm	**24.** lounge chair
cánh cửa sổ, cửa chớp	**8.** shutter	cái cưa điện	**25.** power saw
cái ống khói lò sửa	**9.** chimney	cái bao tay để làm việc	**26.** work gloves
		cái bay để trát hồ	**27.** trowel
Sân Đằng Sau Nhà	**C. The Backyard**	cái nhà để chứa dụng-cụ	**28.** toolshed
cái máng xối	**10.** gutter	cái kéo cắt hàng rào	**29.** hedge clippers
cái võng	**11.** hammock	cái cào lá cây	**30.** rake
cái máy cắt cỏ	**12.** lawn mower	cái xẻng	**31.** shovel
đồ tưới nước	**13.** sprinkler	cái xe cút-kít	**32.** wheelbarrow
ống cao-su dẫn nước	**14.** garden hose		

cái quạt trần	**1.** ceiling fan	cái ghế dựa	**16.** recliner
cái trần nhà	**2.** ceiling	cái máy điều-khiển ở xa	**17.** remote control
vách tường	**3.** wall	máy ti-vi	**18.** television
cái khung hình	**4.** frame	bộ tủ trang-trí phòng khách	**19.** wall unit
bức tranh	**5.** painting	hệ-thống xít-tê-rê-ô	**20.** stereo system
cái lọ hoa	**6.** vase	cái loa	**21.** speaker
cái kệ trên lò sưởi	**7.** mantel	cái kệ sách	**22.** bookcase
cái lò sưởi	**8.** fireplace	cái màn cửa	**23.** drapes
lửa	**9.** fire	cái nệm ghế	**24.** cushion
khúc gỗ	**10.** log	cái ghế xô-pha	**25.** sofa
cái lan-can cầu thang	**11.** banister	cái bàn trà	**26.** coffee table
cái cầu thang	**12.** staircase	cái chụp đèn	**27.** lampshade
bực thang	**13.** step	cái đèn	**28.** lamp
cái bàn viết, bàn giấy	**14.** desk	cái bàn nhỏ trong phòng khách	**29.** end table
trải thảm nguyên phòng	**15.** wall-to-wall carpeting		

chén dĩa	**1.** china
cái tủ để chén bát	**2.** china closet
cái đèn treo	**3.** chandelier
cái bình đựng nước	**4.** pitcher
cái ly rượu vang	**5.** wine glass
cái ly uống nước	**6.** water glass
cái bàn	**7.** table
cái muỗng	**8.** spoon
cái lọ đựng tiêu	**9.** pepper shaker
cái lọ đựng muối	**10.** salt shaker
cái dĩa để bánh mì và bơ	**11.** bread and butter plate
cái nĩa	**12.** fork
cái dĩa bàn	**13.** plate
cái khăn ăn	**14.** napkin
cái dao	**15.** knife

cái khăn bàn	**16.** tablecloth
cái ghế	**17.** chair
bình cà phê	**18.** coffeepot
bình trà	**19.** teapot
cái tách	**20.** cup
cái dĩa nhỏ	**21.** saucer
muỗng nĩa	**22.** silverware
cái chén đựng đường	**23.** sugar bowl
cái bình đựng kem	**24.** creamer
cái bát xà-lách	**25.** salad bowl
lửa ngọn	**26.** flame
cây đèn cầy, đèn nến	**27.** candle
cái chân đèn nến	**28.** candlestick
cái tủ phòng ăn, tủ đựng muỗng nĩa	**29.** buffet

cái máy rửa chén	**1.**	dishwasher
cái sống chén	**2.**	dish drainer
cái dĩ hấp	**3.**	steamer
đồ khui hộp	**4.**	can opener
cái chảo	**5.**	frying pan
đồ mở chai	**6.**	bottle opener
cái rá	**7.**	colander
cái soong	**8.**	saucepan
cái nắp	**9.**	lid
xà-bông rửa chén	**10.**	dishwashing liquid
đồ chùi nồi	**11.**	scouring pad
cái máy xay trái cây	**12.**	blender
cái nồi	**13.**	pot
cái nồi bằng sành, cái nồi đất	**14.**	casserole dish
cái hộp đựng gạo, đường hay trà	**15.**	canister
cái máy nướng bánh mì	**16.**	toaster
cái chảo quay thịt	**17.**	roasting pan

cái khăn lau chén	**18.**	dish towel
cái tủ lạnh	**19.**	refrigerator
cái ngăn đá trong tủ lạnh	**20.**	freezer
cái khay nước đá	**21.**	ice tray
cái tủ để chén dĩa	**22.**	cabinet
cái lò vi-âm, lò mi-cơ-rô-quê	**23.**	microwave oven
cái bát dùng để trộn	**24.**	mixing bowl
cái trục cán bột	**25.**	rolling pin
tấm thớt	**26.**	cutting board
cái quầy trong nhà bếp	**27.**	counter
cái ấm nấu nước	**28.**	teakettle
cái lò ga	**29.**	burner
cái bếp	**30.**	stove
cái bình lọc cà-phê	**31.**	coffeemaker
cái lò	**32.**	oven
cái lò nướng	**33.**	broiler
miếng bắt nồi	**34.**	pot holder

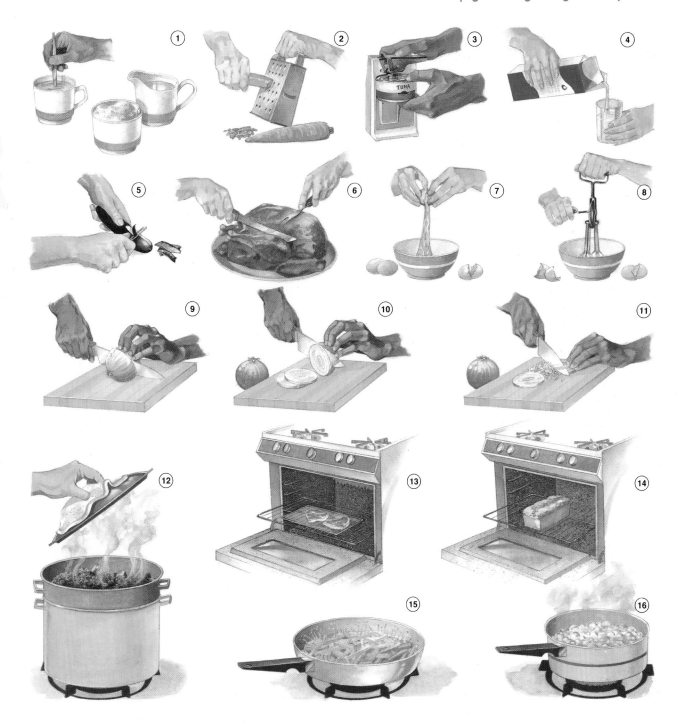

khuấy	**1.** stir	cắt	**9.** cut
bào	**2.** grate	cắt lát	**10.** slice
mở	**3.** open	bằm	**11.** chop
đổ, trút	**4.** pour	hấp	**12.** steam
gọt vỏ	**5.** peel	nướng	**13.** broil
cắt thịt	**6.** carve	đút lò, nướng (bánh)	**14.** bake
đập (trứng gà)	**7.** break	chiên, xào	**15.** fry
đánh (trứng)	**8.** beat	luộc, nấu nước	**16.** boil

cái móc	**1.** hook		tấm nệm	**17.** mattress
cái móc áo	**2.** hanger		tấm nệm lò-xo	**18.** box spring
cái tủ áo	**3.** closet		tấm ra, tấm vải trải giường	**19.** (flat) sheet
cái hộp đựng nữ-trang	**4.** jewelry box		cái mền, cái chăn	**20.** blanket
cái gương	**5.** mirror		cái giường	**21.** bed
cái lược	**6.** comb		cái mền bông	**22.** comforter
cái bàn chải tóc	**7.** hairbrush		tấm trải giường	**23.** bedspread
cái đồng-hồ báo thức	**8.** alarm clock		tấm ván chân giường	**24.** footboard
cái bàn trang-điểm	**9.** bureau		cái công-tắc đèn	**25.** light switch
cái màn cửa	**10.** curtain		máy điện-thoại	**26.** phone
cái máy điều-hòa không khí, máy lạnh	**11.** air conditioner		dây điện-thoại	**a.** cord
			chỗ mắc dây điện-thoại	**b.** jack
cái mành cửa	**12.** blinds		cái bàn phòng ngủ	**27.** night table
cái khăn giấy lau mặt	**13.** tissues		tấm thảm	**28.** rug
tấm gỗ đầu giường	**14.** headboard		cái nền nhà	**29.** floor
cái áo gối, bao gối	**15.** pillowcase		cái học đựng áo quần	**30.** chest of drawers
cái gối	**16.** pillow			

tấm màn che cửa sổ	1. shade
cái cây treo đồ chơi trên đầu giường em bé	2. mobile
con gấu bằng vải nhồi bông gòn	3. teddy bear
cái giường em bé	4. crib
cây cản giường	5. bumper
dầu thơm em bé	6. baby lotion
phấn em bé	7. baby powder
khăn ướt lau em bé	8. baby wipes
cái bàn để thay tã và quần áo cho em bé	9. changing table
cây quấn bông gòn	10. cotton swab
cây kim băng, kim gắm	11. safety pin
cái tã bằng giấy	12. disposable diaper
cái tã bằng vải	13. cloth diaper
cái xe đẩy em bé	14. stroller
cái máy khám-phá khói	15. smoke detector
cái ghế xích-đu	16. rocking chair

chai sữa	17. bottle
cái núm vú	18. nipple
bộ quần áo thun em bé	19. stretchie
cái yếm rãi	20. bib
cái lúc-lắc	21. rattle
cái núm vú (cho em bé ngậm khỏi khóc)	22. pacifier
cái xe tập đi	23. walker
cái xích-đu	24. swing
cái nhà cho búp-bê	25. doll house
cái nôi	26. cradle
con vật bằng vải nhồi bông gòn	27. stuffed animal
con búp-bê	28. doll
cái rương đựng đồ chơi	29. toy chest
cái chuồng em bé	30. playpen
trò chơi em bé	31. puzzle
khối chữ và hình	32. block
cái ghế tập em bé đi cầu	33. potty

cây treo màn	**1.** curtain rod	vòi nước nóng	**17.** hot water faucet
cái vòng treo màn bồn tắm	**2.** curtain rings	vòi nước lạnh	**18.** cold water faucet
cái mũ che đầu khi tắm	**3.** shower cap	cái chậu	**19.** sink
cái hoa sen	**4.** shower head	cái bàn chải móng tay	**20.** nailbrush
tấm màn bồn tắm	**5.** shower curtain	cái bàn chải đánh răng	**21.** toothbrush
cái dĩa đựng xà-phòng	**6.** soap dish	cái khăn mặt	**22.** washcloth
miếng bọt biển	**7.** sponge	cái khăn lau tay	**23.** hand towel
thuốc gội đầu, xà-bông gội đầu	**8.** shampoo	cái khăn tắm	**24.** bath towel
lỗ tháo nước	**9.** drain	cái giá mắc khăn	**25.** towel rack
nắp đậy lỗ tháo nước	**10.** stopper	cái máy sấy tóc	**26.** hair dryer
cái bồn tắm	**11.** bathtub	gạch lót nền nhà	**27.** tile
tấm thảm phòng tắm	**12.** bath mat	cái thùng đựng quần áo dơ	**28.** hamper
cái rổ, giỏ bỏ giấy	**13.** wastepaper basket	chỗ đi cầu	**29.** toilet
cái tủ đựng thuốc, tủ thuốc	**14.** medicine chest	giấy đi cầu	**30.** toilet paper
xà-phòng, xà-bông	**15.** soap	cái bàn chải chùi cầu tiêu	**31.** toilet brush
thuốc đánh răng	**16.** toothpaste	cái cân	**32.** scale

cái thang	**1.** stepladder	ống dẫn nước	**18.** pipe
cái chổi lông gà	**2.** feather duster	giây phơi quần áo	**19.** clothesline
cái đèn pin	**3.** flashlight	cái kẹp quần áo	**20.** clothespins
giẻ lau	**4.** rags	bình xịt hồ quần áo	**21.** spray starch
cầu chì điện	**5.** circuit breaker	cái bóng đèn	**22.** lightbulb
cái lau nhà	**6.** (sponge) mop	cái khăn giấy	**23.** paper towels
cái chổi	**7.** broom	cái máy sấy quần áo	**24.** dryer
cái khay hốt bụi	**8.** dustpan	thuốc giặt quần áo,	**25.** laundry detergent
thuốc lau nhà	**9.** cleanser	xà-bông giặt quần áo	
thuốc lau cửa sổ	**10.** window cleaner	thuốc tẩy quần áo	**26.** bleach
cái đầu thay (của cái lau nhà)	**11.** (mop) refill	thuốc làm cho quần áo mướt	**27.** fabric softener
cái bàn ủi, bàn là	**12.** iron	quần áo giặt	**28.** laundry
cái bàn dùng để ủi quần áo	**13.** ironing board	cái rổ đựng quần áo giặt	**29.** laundry basket
cái thụt cầu tiêu	**14.** plunger	cái máy giặt quần áo	**30.** washing machine
cái xô	**15.** bucket	cái thùng đựng rác	**31.** garbage can
cái máy hút bụi	**16.** vacuum cleaner	cái bẫy chuột	**32.** mousetrap
các bộ phận gắn vào máy hút bụi	**17.** attachments		

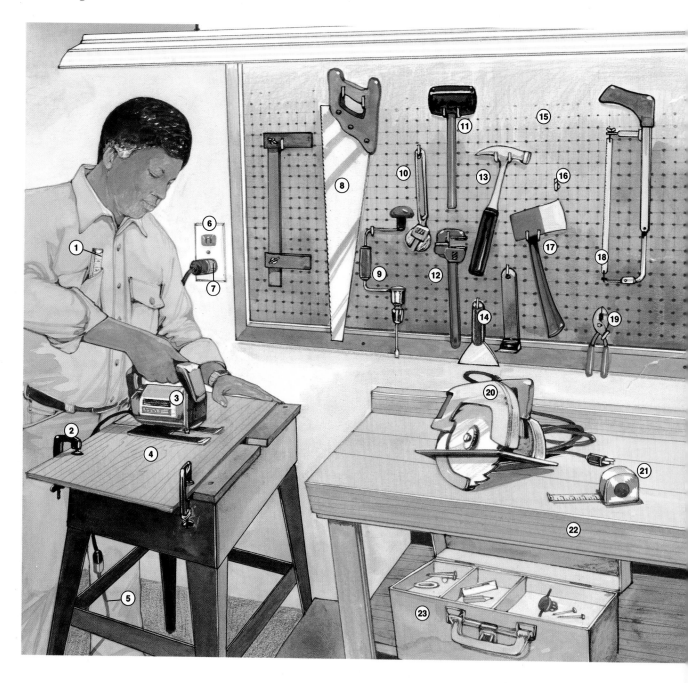

cái thước thợ mộc	1. carpenter's rule
cái kẹp chữ C	2. C-clamp
cái máy cưa lọng	3. jigsaw
gỗ	4. wood
dây nối điện	5. extension cord
chỗ cắm điện	6. outlet
chỗ cắm dây đất	7. grounding plug
cái cưa	8. saw
cái khoan tay	9. brace
cái chìa vặn, cái mỏ-lết	10. wrench
cái búa cao-su	11. mallet
cái mỏ-lết đầu dẹt	12. monkey wrench

cái búa	13. hammer
cái lưỡi cạo	14. scraper
tấm bảng treo dụng-cụ	15. pegboard
cái móc	16. hook
cái búa đẽo, cái rìu	17. hatchet
cái cưa sắt	18. hacksaw
cái kềm, cái kìm	19. pliers
cái máy cưa dĩa	20. circular saw
cái thước dây	21. tape measure
cái bàn thợ mộc, cái bàn thợ may	22. workbench
cái thùng đồ nghề	23. toolbox

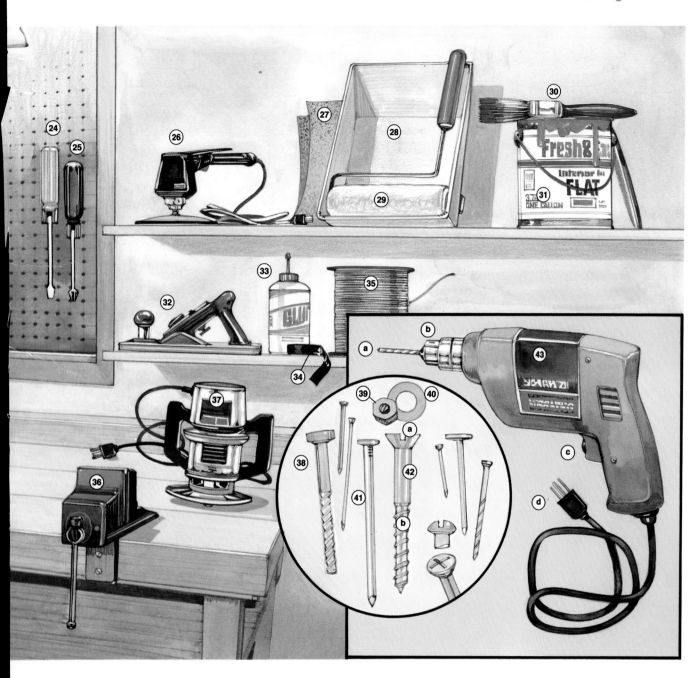

cây vặn vít	**24.** screwdriver	cái máy bào soi rãnh	**37.** router
cây vặn vít bốn chấu,	**25.** Phillips screwdriver	cái bù-loong	**38.** bolt
cây vặn vít phillips		con tán, đai ốc	**39.** nut
cái máy đánh giấy nhám	**26.** power sander	cái long đền, cái vòng nệm	**40.** washer
giấy nhám	**27.** sandpaper	cái đinh	**41.** nail
cái thùng trẹt, cái dĩa đựng sơn	**28.** pan	cây đinh ốc	**42.** screw
cái trục lăn sơn	**29.** roller	cái đầu	**a.** head
cái bàn chải sơn	**30.** paintbrush	trôn ốc	**b.** thread
sơn	**31.** paint	cái máy khoan điện	**43.** electric drill
cái bào	**32.** wood plane	cái lưỡi khoan, cái mũi khoan	**a.** bit
keo	**33.** glue	cái chuôi	**b.** shank
cuộn băng dây điện	**34.** electrical tape	cái ngắt điện, công tắc	**c.** switch
dây điện	**35.** wire	cái nút cắm điện	**d.** plug
cái bàn kẹp, đai ốc	**36.** vise		

Động-từ Chỉ Việc Trong Nhà và Sửa-chữa

xếp lại, gấp lại	**1.** fold		lau khô	**9.** dry
chà	**2.** scrub		sửa chữa	**10.** repair
đánh bóng	**3.** polish		ủi, là	**11.** iron
siết-chặt	**4.** tighten		cho dầu	**12.** oil
lau, chùi	**5.** wipe		thay (ra giường)	**13.** change (the sheets)
treo	**6.** hang		hút bụi	**14.** vacuum
quét	**7.** sweep		lau bụi	**15.** dust
trải (giường)	**8.** make (the bed)		rửa, giặt	**16.** wash

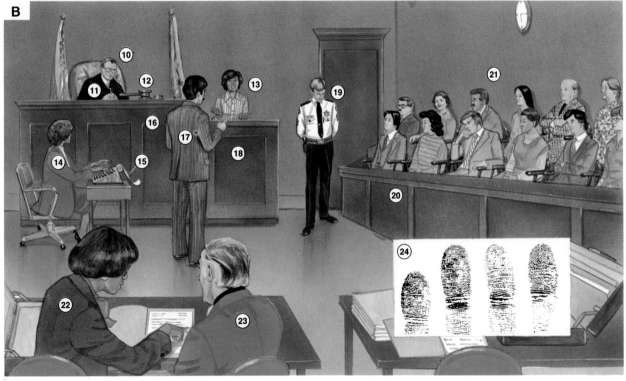

Bót Cảnh-sát	**A. Police Station**
nhà tù, nhà lao	**1.** jail
thám-tử	**2.** detective
bị can	**3.** suspect
cái còng tay	**4.** handcuffs
huy-hiệu	**5.** badge
lính cảnh-sát	**6.** police officer
cây súng	**7.** gun
cái bao súng	**8.** holster
cây gậy cảnh-sát	**9.** nightstick
Tòa Án	**B. Court**
quan tòa, chánh án	**10.** judge
cái áo của quan tòa	**11.** robes

cái búa gỗ của quan tòa	**12.** gavel
nhân chứng, người làm chứng	**13.** witness
lục-sự tòa án	**14.** court reporter
bản ghi chép	**15.** transcript
cái ghế của quan tòa	**16.** bench
luật-sư công-tố-viện	**17.** prosecuting attorney
chỗ ngồi của nhân-chứng	**18.** witness stand
nhân-viên tòa án	**19.** court officer
chỗ ngồi của bồi-thẩm-đoàn	**20.** jury box
bồi-thẩm-đoàn	**21.** jury
luật-sư của bị cáo	**22.** defense attorney
bị cáo	**23.** defendant
dấu tay	**24.** fingerprints

tòa nhà dùng làm văn-phòng	**1.** office building		nhà bưu-điện	**9.** post office
phòng đợi (của một tòa nhà lớn)	**2.** lobby		cảnh-sát công-lộ	**10.** traffic cop
góc	**3.** corner		ngã tư đường	**11.** intersection
lối đi dành cho người đi bộ	**4.** crosswalk		người đi bộ, khách bộ-hành	**12.** pedestrian
tiệm buôn lớn	**5.** department store		trạm xe buýt	**13.** bus stop
tiệm bánh	**6.** bakery		cái ghế băng, ghế dài	**14.** bench
điện-thoại công-cộng	**7.** public telephone		cái giỏ đựng rác	**15.** trash basket
bản chỉ đường	**8.** street sign		nhà ga xe điện ngầm	**16.** subway station

cái thang máy	**17.** elevator
tiệm sách	**18.** bookstore
nhà đậu xe	**19.** parking garage
cái đồng-hồ đậu xe	**20.** parking meter
cái đèn chỉ-dẫn lưu-thông	**21.** traffic light
tiệm thuốc, nhà thuốc	**22.** drugstore
tòa nhà có nhiều căn	**23.** apartment house
số nhà	**24.** building number
lề đường, lối người đi bộ	**25.** sidewalk
lề đường	**26.** curb
cái xe đẩy em bé	**27.** baby carriage
chợ trái cây và rau cải	**28.** fruit and vegetable market
đèn đường	**29.** streetlight
sạp bán báo, sạp báo	**30.** newsstand
con đường	**31.** street
lỗ cống giữa đường	**32.** manhole

Phát Thư	**A. Delivering Mail**		nhân-viên bưu-điện	**14.** postal worker
hộp thư, thùng thư	**1.** mailbox		cái cửa sổ	**15.** window
thư-từ	**2.** mail			
người phát thư	**3.** letter carrier		Các Loại Thư-từ	**C. Types of Mail**
cái bao đựng thư	**4.** mailbag		cái phong-bì máy bay,	**16.** (airmail) envelope
cái xe tải thư	**5.** mail truck		bì thơ gửi máy bay	
thùng thư Hoa-kỳ	**6.** U.S. mailbox		bưu-thiếp	**17.** postcard
lá thư	**7.** letter		ngân-phiếu	**18.** money order
địa-chỉ người gửi	**8.** return address		bưu-kiện	**19.** package
con dấu nhà bưu-điện	**9.** postmark		sợi dây	**20.** string
cò, con tem	**10.** stamp		cái nhãn hiệu	**21.** label
địa-chỉ	**11.** address		cuộn băng keo	**22.** tape
số dzíp-cốt	**12.** zip code		thư tốc-hành (bưu-kiện tốc-hành)	**23.** Express Mail (package)
Nhà Bưu-điện	**B. The Post Office**			
cái lỗ bỏ thư	**13.** mail slot			

người thư-ký thư-viện	**1.** library clerk	
quầy kiểm-soát sách	**2.** checkout desk	
thẻ thư-viện	**3.** library card	
thư-mục theo thẻ	**4.** card catalog	
ngăn kéo	**5.** drawer	
thẻ thư-mục	**6.** call card	
số thư-mục	**7.** call number	
tác-giả	**8.** author	
tên sách	**9.** title	
đề-mục, chủ-đề	**10.** subject	
hàng	**11.** row	
giấy báo	**12.** call slip	
vi-phim	**13.** microfilm	
cái máy đọc vi-phim	**14.** microfilm reader	

khu báo-chí	**15.** periodicals section
tạp-chí	**16.** magazine
kệ, giá	**17.** rack
cái máy sao tài-liệu	**18.** photocopy machine
máy in tài-liệu	
quả địa-cầu	**19.** globe
bản-đồ	**20.** atlas
khu tham-khảo	**21.** reference section
bàn chỉ-dẫn	**22.** information desk
quản-thủ thư-viện (tham-khảo)	**23.** (reference) librarian
cuốn tự-điển	**24.** dictionary
cuốn tự-điển bách-khoa	**25.** encyclopedia
cái kệ	**26.** shelf

Quân-đội

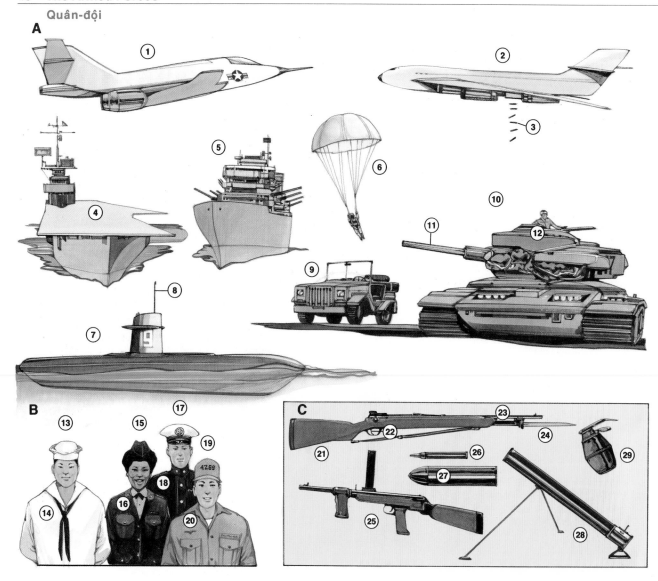

Xe-cộ và Khí-cụ		**A.**	**Vehicles and Equipment**
chiến-đấu-cơ, phi-cơ chiến-đấu		**1.**	fighter plane
phóng-pháo-cơ		**2.**	bomber
quả bom		**3.**	bomb
hàng-không mẫu-hạm		**4.**	aircraft carrier
tàu chiến, chiến-hạm		**5.**	battleship
cái dù		**6.**	parachute
tàu ngầm		**7.**	submarine
tiềm-vọng-kính		**8.**	periscope
xe jeep		**9.**	jeep
xe tăng		**10.**	tank
súng đại-bác, súng canh-nông		**11.**	cannon
pháo-tháp trên tàu chiến		**12.**	gun turret

Nhân-sự		**B.**	**Personnel**
Hải-quân		**13.**	Navy
lính thủy		**14.**	sailor
Bộ binh		**15.**	Army

người lính		**16.**	soldier
Thủy-quân lục-chiến		**17.**	Marines
người lính thủy-quân lục-chiến		**18.**	marine
Không-quân		**19.**	Air Force
người lính không-quân		**20.**	airman

Vũ-khí và Đạn-dược		**C.**	**Weapons and Ammunition**
súng trường		**21.**	rifle
cò súng		**22.**	trigger
báng súng		**23.**	barrel
lưỡi lê		**24.**	bayonet
súng máy		**25.**	machine gun
viên đạn		**26.**	bullet
vỏ đạn		**27.**	shell
súng cối		**28.**	mortar
lựu-đạn		**29.**	hand grenade

xe quét đường	**1.** street cleaner
xe cần-trục, xe cần câu	**2.** tow truck
xe chở nhiên-liệu	**3.** fuel truck
xe pickup	**4.** pickup truck
xe cào tuyết	**5.** snow plow
xe rác	**6.** garbage truck
nhân-viên vệ-sinh	**7.** sanitation worker
xe bán thức ăn trưa	**8.** lunch truck
xe thùng	**9.** panel truck

người giao hàng	**10.** delivery person
xe dọn nhà	**11.** moving van
người dọn nhà	**12.** mover
xe trộn xi-măng	**13.** cement truck
xe chở vật-liệu, xe đổ đất	**14.** dump truck
xe kéo hàng, xe hàng	**15.** tractor trailer
tài-xế xe hàng	**16.** truck driver
xe chở xe hơi	**17.** transporter
xe đáy bằng	**18.** flatbed

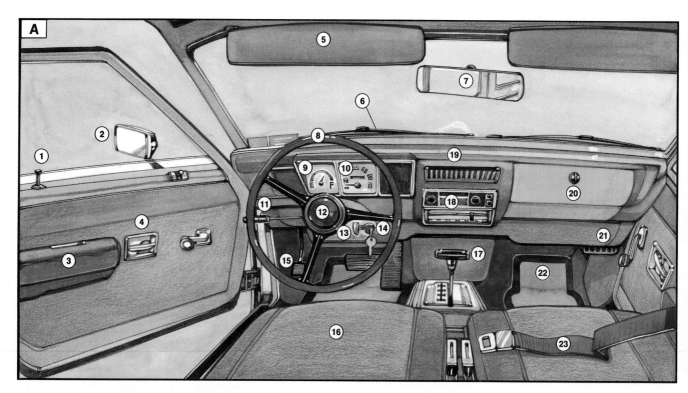

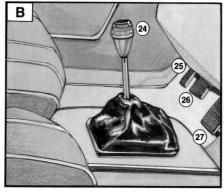

Số Tự-động		A. Automatic Transmission
cái khóa cửa xe	1.	door lock
cái kiến chiếu hậu bên cạnh xe	2.	side mirror
chỗ tựa tay	3.	armrest
tay cầm cửa xe	4.	door handle
tấm che nắng	5.	visor
cái gạt nước kiến xe	6.	windshield wiper
cái kiến chiếu-hậu	7.	rearview mirror
bánh lái, cái tay lái	8.	steering wheel
cái đồng-hồ xăng	9.	gas gauge
cái đồng-hồ tốc-lực	10.	speedometer
cần chỉ quẹo phải quẹo trái	11.	turn signal lever
cái còi	12.	horn
trụ tay lái	13.	column
nổ máy	14.	ignition
cái thắng nguy-cấp	15.	emergency brake
cái ghế ngồi một người	16.	bucket seat
cái cần sang số	17.	gearshift
ra-đi-ô	18.	radio
cái về xe	19.	dashboard
cái ngăn để bao tay	20.	glove compartment

lỗ thông hơi	21.	vent
tấm lót chân	22.	mat
dây nịt an-toàn	23.	seat belt

Số Tay		B. Manual Transmission
cái cần sang số tay	24.	stick shift
bộ ly kết	25.	clutch
cái thắng	26.	brake
bàn đạp ga	27.	accelerator

Xe Station Wagon, Xe Familial		C. Station Wagon
tấm bảng số	28.	license plate
cái đèn thắng	29.	brake light
cái đèn lui xe	30.	back-up light
cái đèn lái	31.	taillight
cái băng sau, ghế sau	32.	backseat
cái ghế trẻ em	33.	child's seat
cái thùng xăng	34.	gas tank
chỗ tựa đầu, chỗ gối đầu	35.	headrest
cái nắp bánh xe	36.	hubcap
cái vỏ xe, bánh xe	37.	tire

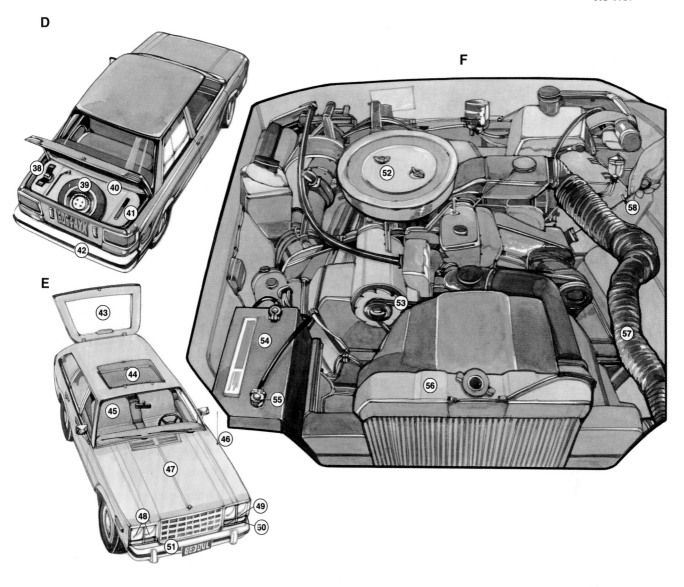

Xe Hơi (Hai Cửa)	**D. (Two-door) Sedan**
con đội	**38.** jack
cái bánh xơ-cua	**39.** spare tire
cái thùng xe	**40.** trunk
trái sáng	**41.** flare
cái cảng xe sau	**42.** rear bumper

Xe Hơi Bốn Cửa	**E. Four-door Hatchback**
cái cửa sập sau xe	**43.** hatchback
cái cửa sổ trên mui xe	**44.** sunroof
cái kiếng che gió	**45.** windshield
dây ăng-ten	**46.** antenna
cái mui xe, nắp đậy máy xe	**47.** hood
cái đèn pha	**48.** headlights

cái đèn đậu	**49.** parking lights
cái đèn quẹo phải quẹo trái, đèn signal	**50.** turn signal (lights)
cái cảng xe trước	**51.** front bumper

Máy Xe	**F. Engine**
cái lọc không-khí	**52.** air filter
dây quạt	**53.** fan belt
bình ắc-qui, bình điện	**54.** battery
tập điểm, đầu cực (của bình điện)	**55.** terminal
thùng nước	**56.** radiator
ống	**57.** hose
que chỉ mức dầu	**58.** dipstick

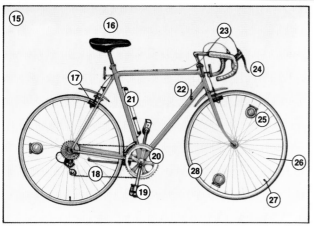

bánh tập lái	**1.** training wheels		dây xích	**18.** chain
tay lái, ghi-đông (xe đua)	**2.** (racing) handlebars		cái bàn đạp	**19.** pedal
sườn xe đàn bà, xe đạp đàn bà	**3.** girl's frame		cái bi-nhông	**20.** sprocket
bánh xe	**4.** wheel		ống bơm	**21.** pump
cái còi	**5.** horn		cái cần sang số	**22.** gear changer
xe đạp ba bánh	**6.** tricycle		dây cáp	**23.** cable
cái nón sắt	**7.** helmet		cái thắng tay	**24.** hand brake
xe đạp chạy đường đất	**8.** dirt bike		kiến phản-chiếu	**25.** reflector
cây chống xe	**9.** kickstand		cái căm bánh xe	**26.** spoke
cái về xe	**10.** fender		cái vòi bánh xe	**27.** valve
xe đạp đàn ông, sườn xe đàn ông	**11.** boy's frame		bánh xe	**28.** tire
tay lái thường, ghi đông thường	**12.** touring handlebars		xe xi-cút-tơ	**29.** motor scooter
cái khóa xe	**13.** lock		xe mô-tô	**30.** motorcycle
chỗ dựng xe, chỗ để xe	**14.** bike stand		ống nhún	**31.** shock absorbers
xe đạp	**15.** bicycle		máy xe	**32.** engine
cái yên	**16.** seat		ống khói	**33.** exhaust pipe
cái thắng	**17.** brake			

xa-lộ liên-bang	**1.** interstate highway	xe hành-khách	**15.** passenger car
đường ra khỏi xa-lộ	**2.** exit ramp	xe đi trại, xe cắm trại	**16.** camper
cầu ngang xa-lộ	**3.** overpass	xe xì-po, xe thể-thao	**17.** sports car
hệ-thống đường vòng ra vào xa-lộ	**4.** cloverleaf	đường ngăn giữa xa-lộ	**18.** center divider
"lên" trái, đường lẩn bên trái	**5.** left lane	"lên" giữa, đường lẩn ở giữa	**19.** motorcycle
"lên" giữa, đường lẩn ở giữa	**6.** center lane	xe buýt, xe đò	**20.** bus
"lên" mặt, đường lẩn bên mặt	**7.** right lane	đường vào xa-lộ	**21.** entrance ramp
bảng chỉ giới-hạn tốc-lực	**8.** speed limit sign	vệ đường, lề đường	**22.** shoulder
người đi xe nhờ	**9.** hitchhiker	bảng chỉ đường	**23.** road sign
xe rờ-mọt	**10.** trailer	bảng chỉ ra khỏi xa-lộ	**24.** exit sign
khu dịch vụ	**11.** service area	xe hàng	**25.** truck
người bán xăng	**12.** attendant	xe thùng	**26.** van
cái bơm hơi	**13.** air pump	cổng thâu thuế qua đường	**27.** tollbooth
cái bơm xăng	**14.** gas pump		

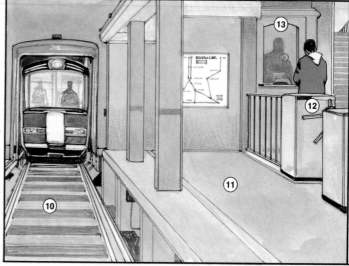

Xe Buýt, Xe Đò	A. Bus
sợi dây	1. cord
cái ghế, chổ ngồi	2. seat
tài-xế xe đò	3. bus driver
giấy chuyển xe	4. transfer
hộp đựng tiền xe	5. fare box
hành-khách	6. rider

Xe Điện Ngầm	B. Subway
người soát vé	7. conductor
tay cầm để giữ thăng-bằng	8. strap
toa xe	9. car
đường rầy	10. track
sân ga	11. platform
cái cần quay kiểm soát ra vào	12. turnstile
trạm bán vé xe	13. token booth

Xe Lửa	**C. Train**	biên-nhận	**24.** receipt
xe lửa chạy đường ngắn	**14.** commuter train	hành-khách	**25.** passenger
kỹ-sư	**15.** engineer	tài-xế xe tắc-xi	**26.** cab driver
vé xe	**16.** ticket	xe tắc-xi	**27.** taxicab
hành-khách đường ngắn	**17.** commuter	chỗ đậu xe tắc-xi	**28.** taxi stand
nhà ga	**18.** station		
cửa sổ bán vé	**19.** ticket window	**Các Hình-thức Vận-tải Khác**	**E. Other Forms of**
thời biểu	**20.** timetable		**Transportation**
		xe monorail	**29.** monorail
Xe Tắc-xi	**D. Taxi**	xe lửa điện, xe điện	**30.** streetcar
tiền xe	**21.** fare	xe điện trời	**31.** aerial tramway
tiền típ, tiền nước	**22.** tip	xe cáp	**32.** cable car
cái đồng-hồ chỉ tiền xe	**23.** meter	xe ngựa	**33.** horse-drawn carriage

Tiếp-nhận Hành-khách ở Sân Bay	**Airport Check-In**
cái bao đựng quần-áo	1. garment bag
cái bao mang theo người	2. carry-on bag
du-khách	3. traveler
vé máy bay	4. ticket
người phu vác hành-lý	5. porter
cái xe đẩy hành-lý	6. dolly
cái va-li	7. suitcase
hành-lý	8. baggage

An-ninh	**Security**
nhân-viên an-ninh, nhân-viên giữ trật-tự	9. security guard
cái máy khám-phá kim-khí	10. metal detector
cái máy quang-tuyến	11. X-ray screener
cái dây đai tải hành-lý	12. conveyor belt

Lên Máy Bay	**Boarding**
phòng phi-công	13. cockpit
các đồng hồ trên máy bay	14. instruments
phi-công	15. pilot
phi-công phụ	16. copilot
kỹ-sư phi-hành	17. flight engineer
vé lên máy bay	18. boarding pass
khu hành-khách	19. cabin
nhân-viên phi-hành	20. flight attendant
chỗ để hành-lý	21. luggage compartment
cái bàn xếp	22. tray table
hành-lang, lối đi	23. aisle

Các Loại Máy Bay	A. Aircraft Types
khí-cầu	1. hot air balloon
máy bay trực-thăng	2. helicopter
chong-chóng	a. rotor
máy bay phản-lực tư-nhân	3. private jet
máy bay không động-cơ	4. glider
khí-cầu	5. blimp
người đu bay	6. hang glider
máy bay cánh quạt, máy bay chong-chóng	7. propeller plane
cái mũi máy bay	8. nose
cái cánh máy bay	9. wing
cái đuôi máy bay	10. tail

Cất Cánh	B. Takeoff
động-cơ phản-lực	11. jet engine
nơi để hành-lý	12. cargo area
cửa hành-lý	13. cargo door
thân máy bay	14. fuselage
bộ-phận hạ cánh	15. landing gear
nhà ga ở phi-trường	16. terminal building
xưởng để máy bay	17. hangar
phi-cơ (phản-lực)	18. (jet) plane
phi-đạo	19. runway
đài kiểm-soát	20. control tower

thuyền đánh cá	1. fishing boat		cái phao	16. buoy
ngư-phủ, người đánh cá	2. fisherman		chiếc phà	17. ferry
cầu tàu	3. pier		ống khói tàu	18. smokestack
xe nâng hàng	4. forklift		thuyền cấp-cứu	19. lifeboat
mũi tàu	5. bow		cầu tàu	20. gangway
máy trục, máy cần-trục	6. crane		cửa sổ nơi thành tàu	21. porthole
cái thùng	7. container		boong tàu	22. deck
hầm tàu	8. hold		cần-trục	23. windlass
tàu chở hàng	9. (container)ship		cái neo	24. anchor
hàng-hóa	10. cargo		dây neo	25. line
phần sau lái của tàu	11. stern		trụ trên bờ để cột dây tàu	26. bollard
cái xà-lang	12. barge		tàu biển hành-khách	27. ocean liner
chiếc tàu kéo	13. tugboat		bến tàu	28. dock
hải-đăng	14. lighthouse		nhà ga ở bến tàu	29. terminal
tàu chở dầu	15. tanker			

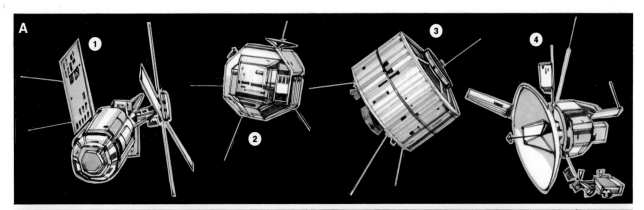

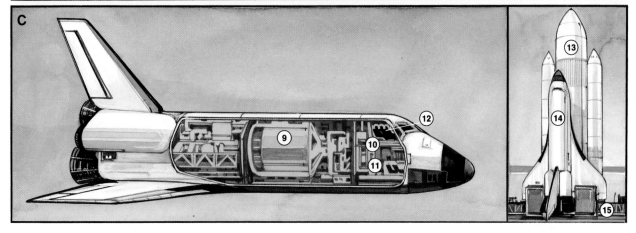

Phi-thuyền Không-gian	**A. Spacecraft**	**Chiếc Tàu Không-gian**	**C. The Space Shuttle**
trạm không-gian	1. space station	ngăn để hành-lý	9. cargo bay
vệ-tinh viễn-thông	2. communication satellite	tầng điều-khiển chuyến bay	10. flight deck
vệ-tinh khí-tượng	3. weather satellite	khu nghỉ-ngơi	11. living quarters
máy dò không-gian	4. space probe	phi-hành-đoàn	12. crew
		hỏa-tiễn	13. rocket
Đáp Xuống Mặt Trăng	**B. Landing on the Moon**	chiếc tàu không-gian	14. space shuttle
phi-hành-gia	5. astronaut	dàn phóng	15. launchpad
bộ quần áo không-gian	6. space suit		
đơn-vị đáp xuống mặt trăng	7. lunar module		
đơn-vị chỉ-huy	8. command module		

lá cờ	**1.** flag
cái đồng-hồ	**2.** clock
cái loa phóng-thanh	**3.** loudspeaker
cô giáo, giáo-viên, giáo sư	**4.** teacher
tấm bảng đen	**5.** chalkboard
tủ khóa (dành cho học sinh)	**6.** locker
bảng dán thông-cáo	**7.** bulletin board
máy điện-toán	**8.** computer
khay đựng phấn	**9.** chalk tray
phấn	**10.** chalk
cái lau bảng	**11.** eraser
hành-lang	**12.** hall
giấy (rời)	**13.** (loose-leaf) paper
cuốn tập có khoen, cuốn vở có khoen	**14.** ring binder
cuốn tập trôn-ốc, cuốn vở trôn-ốc	**15.** spiral notebook
cái bàn viết	**16.** desk
keo dán	**17.** glue
cái bàn chải	**18.** brush
học-sinh	**19.** student
cái máy gọt viết chì	**20.** pencil sharpener
cục tẩy, cục gôm	**21.** pencil eraser
bút nguyên-tử, viết nguyên-tử	**22.** ballpoint pen
cây thước	**23.** ruler
cây bút chì, cây viết chì	**24.** pencil
cái đinh gắm giấy	**25.** thumbtack
cuốn sách (học)	**26.** (text)book
cái máy rọi hình	**27.** overhead projector

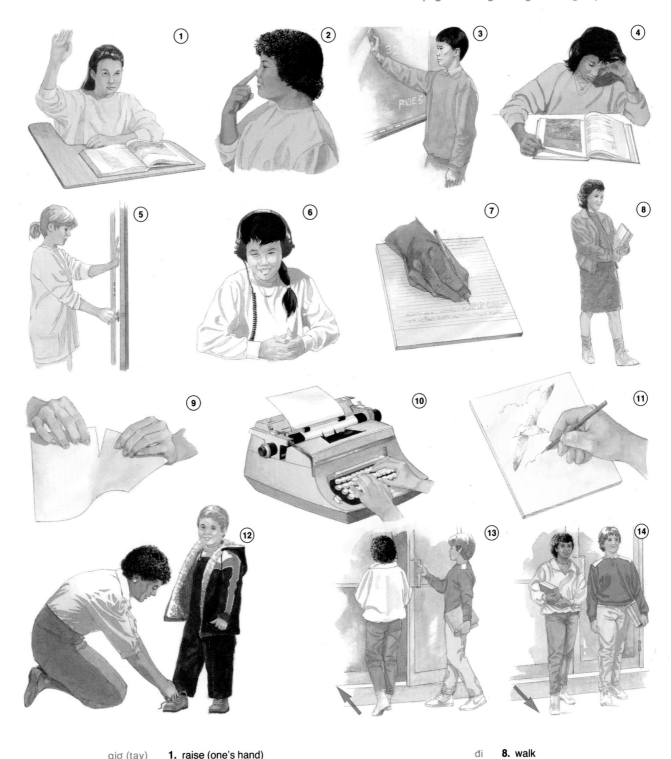

giơ (tay)	**1.** raise (one's hand)	đi	**8.** walk
rờ, sờ, đụng	**2.** touch	xé	**9.** tear
xóa, tẩy, chùi (bảng)	**3.** erase	đánh máy	**10.** type
đọc	**4.** read	vẽ	**11.** draw
đóng, khép	**5.** close	cột, buộc	**12.** tie
nghe	**6.** listen	rời	**13.** leave
viết	**7.** write	đi vào, đi vô	**14.** enter

Phòng Thí-nghiệm Khoa-học

kính lăng-trụ	**1.** prism
bình cổ dài, chai cổ dài	**2.** flask
đĩa phòng thí-nghiệm, đĩa đá	**3.** petri dish
cái cân	**4.** scale
trái cân	**5.** weights
lưới dây kẽm	**6.** wire mesh screen
cái kẹp	**7.** clamp
cái giá	**8.** rack
ống thử	**9.** test tube
nắp đậy (ống thử)	**10.** stopper
giấy kế ca-rô	**11.** graph paper
kính bảo-vệ mắt, kính che mắt	**12.** safety glasses
cái đồng-hồ bấm giờ	**13.** timer
ống chai nhỏ dùng trong phòng thí-nghiệm	**14.** pipette
cái kính lúp	**15.** magnifying glass
giấy lọc	**16.** filter paper
cái phễu	**17.** funnel
ống cao-su	**18.** rubber tubing

cái giá có vòng để ống thử	**19.** ring stand
cái lò đốt Bunsen	**20.** Bunsen burner
ngọn lửa, lửa ngọn	**21.** flame
hàn-thử-biểu	**22.** thermometer
cái chén có miệng dùng trong phòng thí-nghiệm	**23.** beaker
cái bàn dài trong phòng thí-nghiệm	**24.** bench
ống xy-lanh có khắc đơn-vị đo-lường	**25.** graduated cylinder
ống nhỏ giọt	**26.** medicine dropper
nam-châm	**27.** magnet
cái kẹp nhỏ	**28.** forceps
cái kẹp lớn	**29.** tongs
kính hiển-vi	**30.** microscope
tấm kính dùng trong kính hiển-vi	**31.** slide
cái nhíp	**32.** tweezers
bộ dụng cụ mổ xẻ	**33.** dissection kit
cái ghế đẩu	**34.** stool

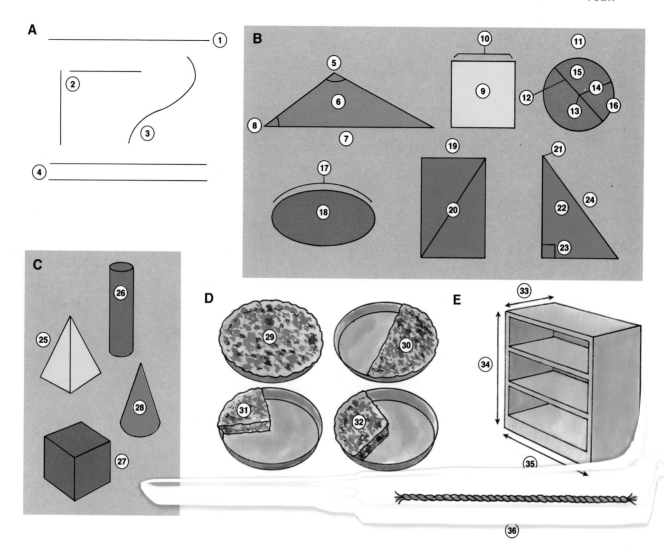

Đường kẻ	**A. Lines**		hình tam-giác vuông	**22.** right triangle
đường thẳng	**1.** straight line		góc vuông	**23.** right angle
đường thẳng góc	**2.** perpendicular lines		cạnh huyền, đường huyền	**24.** hypotenuse
đường cong	**3.** curve			
đường song song	**4.** parallel lines		**Các Hình-dạng Lập-thể,**	**C. Solid Figures**
			Các Hình Khối	
Các Hình-dạng Kỷ-hà	**B. Geometrical Figures**		hình chóp	**25.** pyramid
góc tù	**5.** obtuse angle		hình trụ	**26.** cylinder
hình tam-giác, hình ba góc	**6.** triangle		hình lập-phương, hình khối	**27.** cube
cạnh đáy, đường đáy, đường chân	**7.** base		hình nón	**28.** cone
góc nhọn	**8.** acute angle			
hình vuông	**9.** square		**Phân-số**	**D. Fractions**
cạnh	**10.** side		nguyên	**29.** whole
hình tròn	**11.** circle		một nửa, phân nửa	**30.** a half (1/2)
đường kính	**12.** diameter		một phần tư	**31.** a quarter (1/4)
tâm-điểm	**13.** center		một phần ba	**32.** a third (1/3)
đường bán-kính	**14.** radius			
tiết-diện	**15.** section		**Đo-lường**	**E. Measurement**
cung	**16.** arc		chiều sâu	**33.** depth
chu-vi	**17.** circumference		chiều cao	**34.** height
hình bầu-dục	**18.** oval		chiều ngang, chiều rộng	**35.** width
hình vuông	**19.** rectangle		chiều dài	**36.** length
(đường) chéo	**20.** diagonal			
đỉnh	**21.** apex			

Các Nguồn Năng-xuất	**A. Sources of Power**	cái đập	**18.** dam
giếng dầu	**1.** oil well	cái máy xay gió	**19.** windmill
giàn giếng dầu	**2.** derrick	trạm phát điện	**20.** power station
mặt trời	**3.** sun	cái máy phát điện	**21.** electrical generator
gió	**4.** wind	cái ống khói	**22.** smokestack
mạch nước phun	**5.** geyser	đài chuyển điện	**23.** transmission towers
mỏ than đá	**6.** coal mine	đường dây điện	**24.** power lines
than đá	**7.** coal	cái máy biến điện	**25.** transformer
cái xe chở than trong mỏ than	**8.** shuttle car	trụ điện, cột điện	**26.** utility pole
cái thang máy	**9.** elevator		
đường thông (cho thang máy)	**10.** shaft	Các Xử-dụng và Sản-phẩm	**C. Uses and Products**
cái thác nước	**11.** waterfall	hơi nóng	**27.** heat
		dầu xăng	**28.** gas(oline)
Phát Năng-xuất	**B. Generation of Power**	hơi đốt thiên-nhiên	**29.** natural gas
nhà máy lọc dầu	**12.** refinery	hơi đốt propane	**30.** propane gas
lò phản-ứng hạt-nhân,	**13.** nuclear reactor	(chứa trong thùng)	
lò phản-ứng nguyên-tử		xăng máy bay	**31.** jet fuel
lõi, nòng	**14.** core	điện	**32.** electricity
các thanh u-ra-ni-um	**15.** uranium rods	dầu máy	**33.** motor oil
cái tháp làm nguội	**16.** cooling tower	dầu cặn	**34.** diesel fuel
cái kính thâu góp ánh sáng mặt trời	**17.** solar collector		

Trại Nuôi Bò Sửa	**A.**	**Dairy Farm**
vườn trái cây	**1.**	orchard
cây ăn quả, cây ăn trái	**2.**	fruit tree
nhà trại, nông-trại	**3.**	farmhouse
xi-lô, nhà tròn chứa thức ăn cho súc vật	**4.**	silo
kho thóc-gạo	**5.**	barn
đồng cỏ	**6.**	pasture
người nông-phu, người làm ruộng	**7.**	farmer
sân nuôi gà vịt (ở quanh nhà kho)	**8.**	barnyard
hàng rào	**9.**	fence
con cừu	**10.**	sheep
con bò sửa	**11.**	dairy cow

Nông-trại Trồng Lúa Mì	**B.**	**Wheat Farm**
súc-vật nuôi, gia-súc	**12.**	livestock

(kiện) cỏ khô, rơm khô	**13.**	(bale of) hay
cái chìa (để hốt rơm khô)	**14.**	pitchfork
cái máy kéo	**15.**	tractor
ruộng (lúa mì)	**16.**	(wheat) field
cái máy liên-hợp, máy gặt đập	**17.**	combine
hàng	**18.**	row
con bù-nhìn	**19.**	scarecrow

Trại Nuôi Súc-vật	**C.**	**Ranch**
(đàn, bầy) bò, trâu bò	**20.**	(herd of) cattle
người chăn bò	**21.**	cowboy
cô gái chăn bò	**22.**	cowgirl
các con ngựa	**23.**	horses
rặng, vòng rào	**24.**	corral
cái máng ăn, máng cỏ	**25.**	trough

Địa-điểm Xây-cất	**A. Construction Site**	tấm ván	**16.** board
các cái rui	**1.** rafters	người đặt đường dây (điện thoại)	**17.** linesman
tấm ván lợp nhà	**2.** shingle	cái thang máy	**18.** cherry picker
ống bọt nước	**3.** level	để đưa người hái trái cây	
(để canh mực bằng-phẳng)			
cái nón sắt, nón cối	**4.** hard hat		
người xây-cất, người chủ thầu	**5.** builder	**Làm Đường**	**B. Road Work**
bản sơ-đồ, bản thiết-kế	**6.** blueprints	vật hình nón màu đỏ	**19.** cone
cái giàn (làm nhà)	**7.** scaffolding	dùng để chắn đường	
cái thang	**8.** ladder	lá cờ	**20.** flag
bậc thang	**9.** rung	vật chướng-ngại	**21.** barricade
xi-măng	**10.** cement	cái búa khoan	**22.** jackhammer
cái nền nhà, móng nhà	**11.** foundation	cái xe cút-kít	**23.** wheelbarrow
các viên gạch, gạch	**12.** bricks	vật chia đôi đường	**24.** center divider
cái cuốc chim, cái cúp đào đất	**13.** pickax	cái xe trộn xi-măng	**25.** cement mixer
thợ xây-cất	**14.** construction worker	cái gầu múc hậu,	**26.** backhoe
cái xẻng	**15.** shovel	xe có gầu múc hậu	
		cái xe ủi đất	**27.** bulldozer

điện-thoại-viên, người điều khiển tổng-đài điện-thoại	**1.** switchboard operator	cái máy điện-toán	**16.** computer
bộ ống nghe	**2.** headset	cái ghế ngồi đánh máy	**17.** typing chair
tổng-đài điện-thoại	**3.** switchboard	người quản-đốc, giám-đốc	**18.** manager
cái máy in, máy điện ấn	**4.** printer	cái máy tính	**19.** calculator
phòng làm việc nhỏ	**5.** cubicle	cái kệ sách	**20.** bookcase
người thư-ký đánh máy	**6.** typist	cái tủ đựng hồ-sơ	**21.** file cabinet
bàn máy đánh chữ điện-tử	**7.** word processor	tập hồ-sơ	**22.** file folder
tài liệu in ra	**8.** printout	người thư-ký sắp xếp hồ-sơ	**23.** file clerk
tấm lịch	**9.** calendar	cái máy in ảnh	**24.** photocopier
bàn máy đánh chữ	**10.** typewriter	tập giấy ghi điện-thoại	**25.** message pad
người thư-ký	**11.** secretary	tập giấy vàng (dài)	**26.** (legal) pad
cái rổ đựng thư đến	**12.** in-box	cái máy đóng đinh kẹp	**27.** stapler
cái bàn giấy	**13.** desk	cái kẹp giấy	**28.** paper clips
cuốn sổ ghi địa-chỉ	**14.** rolodex	cái máy tháo đinh kẹp	**29.** staple remover
cái máy điện-thoại	**15.** telephone	cái máy gọt viết chì	**30.** pencil sharpener
		cái bao thư, phong-bì	**31.** envelope

Nghề-nghiệp I: Phố Chính Hoa-kỳ

dược sĩ	**1.** pharmacist	thợ làm bánh	**8.** baker
thợ máy	**2.** mechanic	thợ làm kính	**9.** optician
thợ cắt tóc, thợ hớt tóc	**3.** barber	thợ uốn tóc	**10.** hairdresser
người đại-lý du-lịch	**4.** travel agent	người bán bông, người trồng bông	**11.** florist
thợ sửa-chữa	**5.** repairperson	thợ làm nữ-trang,	**12.** jeweller
thợ máy	**6.** tailor	người bán nữ-trang	
người bán rau-cải	**7.** greengrocer	người bán thịt	**13.** butcher

Sửa-chữa và Bảo-trì	**A. Repair and Maintenance**
thợ sửa ống nước	**1.** plumber
thợ mộc	**2.** carpenter
người làm vườn	**3.** gardener
thợ sửa ống khóa	**4.** locksmith
chuyên-viên bán nhà, đại-lý địa-ốc	**5.** real estate agent
thợ điện	**6.** electrician
thợ sơn	**7.** painter

Dịch-vụ Trong Nhà	**B. Household Services**
người giữ nhà, người quản-gia	**8.** housekeeper
người gác dan, người coi nhà, người gác cổng	**9.** janitor
cậu giao hàng, người giao hàng	**10.** delivery boy
người gác cửa	**11.** doorman

Công-việc Trong Công-xưởng	**C. Factory Work**
nhân-viên công-xưởng	**12.** shop worker
người đốc-công, người cai	**13.** foreman

Báo-chí và Nghệ-thuật	**A. Media and Arts**		
nhà khí-tượng-học, người dự-báo thời-tiết	1. weather forecaster	phóng-viên	11. reporter
người phát tin, người đọc tin-tức, xướng ngôn viên	2. newscaster	người bán hàng	12. salesperson
nghệ-sĩ, họa-sĩ	3. artist	**(Dịch-vụ) Ngân-hàng**	**B. Banking**
thợ chụp hình, thợ nhiếp-ảnh	4. photographer	nhân-viên (ngân-hàng)	13. officer
người mẫu	5. model	lính giữ an-ninh	14. security guard
người vẽ kiểu áo thời-trang	6. fashion designer	người thủ-quỹ, người phát và nhận tiền ở ngân-hàng	15. teller
văn-sĩ	7. writer		
kiến-trúc-sư	8. architect	**Người Làm Việc Kinh-doanh**	**C. Business Workers**
xướng-ngôn-viên đài phát-thanh	9. disc jockey (DJ)	người viết chương-trình điện toán	16. computer programmer
nhân-viên thu hình (cho đài truyền hình)	10. cameraperson	tiếp-đãi-viên	17. receptionist
		kế-toán-viên	18. accountant
		người đưa tin	19. messenger

sở thú	**1.** zoo	cái thùng rác	**11.** trash can
sân-khấu hòa nhạc	**2.** band shell	cái thang trượt cho trẻ em	**12.** slide
người bán hàng	**3.** vendor	cái hộp cát cho trẻ em chơi	**13.** sandbox
(ở công-viên hay dọc đường)		cái vòi tưới nước	**14.** sprinkler
xe hàng đẩy tay	**4.** hand truck	sân chơi cho trẻ em	**15.** playground
cái vòng quay ngựa gỗ	**5.** merry-go-round	cái đu, cái xích-đu	**16.** swings
người cỡi ngựa	**6.** horseback rider	đồ tập thể-dục rừng	**17.** jungle gym
đường dành cho ngựa đi	**7.** bridle path	(vượt chướng-ngại-vật)	
cái ao (nuôi vịt)	**8.** (duck) pond	tấm ván bấp-bênh	**18.** seesaw
đường dành cho người chạy	**9.** jogging path	(cho trẻ em chơi)	
cái ghế dài	**10.** bench	cái vòi nước uống	**19.** water fountain

cao-nguyên	**1.** plateau	cái lưới bắt cá	**9.** fishing net
người đi bộ trong rừng	**2.** hikers	cái ủng lội nước, giày ống lội nước,	**10.** waders
hẻm núi	**3.** canyon	(của người đi săn)	
đồi	**4.** hill	đá	**11.** rocks
lính gác công-viên	**5.** park ranger		
		Khu-vực Picnic	**Picnic Area**
Câu Cá	**Fishing**	cái vỉ nướng thịt	**12.** grill
dòng suối, dòng sông nhỏ,	**6.** stream	cái rổ đựng đồ picnic	**13.** picnic basket
dòng nước		cái bình thủy	**14.** thermos
cái cần câu	**7.** fishing rod	cái bàn ăn picnic	**15.** picnic table
dây câu	**8.** fishing line		

Đi Bè	**Rafting**	**Cắm Trại**	**Camping**
chiếc bè	**16.** raft	cái lều	**24.** tent
cái thác, ghềnh	**17.** rapids	cái bếp dùng trong khi cắm trại	**25.** camp stove
cái thác nước	**18.** waterfall	cái bao chăn mền để ngủ	**26.** sleeping bag
		đồ trang-bị	**27.** gear
Leo Núi	**Mountain Climbing**	cái túi đựng đồ-đạc mang sau lưng	**28.** frame backpack
ngọn núi	**19.** mountain	cái đèn lồng, đèn xách tay	**29.** lantern
cái đỉnh (núi)	**20.** peak	cái cọc	**30.** stake
vách đá	**21.** cliff	lửa trại	**31.** campfire
bộ yên leo núi	**22.** harness	rừng cây	**32.** woods
sợi dây	**23.** rope		

lối đi bằng ván, đường đi bằng ván	**1.** boardwalk
cái sạp bán giải-khát	**2.** refreshment stand
khách-sạn cho người lái xe hơi	**3.** motel
người đi xe đạp	**4.** biker
cái còi	**5.** whistle
người cứu đắm	**6.** lifeguard
ống dòm, ống nhòm	**7.** binoculars
cái ghế của người cứu đắm	**8.** lifeguard chair
cái phao cứu đắm	**9.** life preserver
chiếc xuồng cứu đắm	**10.** lifeboat
quả bóng chơi trên bãi biển	**11.** beach ball

cồn cát, đụn cát	**12.** sand dunes
phơ-rít-bi, frisbee	**13.** Frisbee ™
cái kính râm, kiến mát	**14.** sunglasses
cái khăn lông tắm biển	**15.** beach towel
cái xô, cái thùng đựng nước	**16.** pail
cái xẻng	**17.** shovel
bộ áo tắm	**18.** bathing suit
người tắm nắng	**19.** sunbather
cái ghế dùng trên bãi biển	**20.** beach chair
cây dù dùng trên bãi biển	**21.** beach umbrella

con diều	**22.** kite	lâu-đài cát	**32.** sandcastle	
người chạy	**23.** runners	cái quần tắm	**33.** bathing trunks	
ngọn sóng	**24.** wave	ống thông hơi (cho thợ lặn)	**34.** snorkel	
tấm ván trượt nước	**25.** surfboard	cái mặt nạ	**35.** mask	
tấm nệm hơi	**26.** air mattress	cái chân chèo	**36.** flippers	
tấm ván tập bơi	**27.** kickboard	cái bình khí ép (của thợ lặn)	**37.** scuba tank	
người bơi lội	**28.** swimmer	bộ quần áo của thợ lặn	**38.** wet suit	
ruột bánh xe	**29.** tube	dầu xức nắng	**39.** suntan lotion	
nước	**30.** water	cái vỏ sò	**40.** shell	
cát	**31.** sand	cái thùng đựng đá	**41.** cooler	

Các Môn Thể-thao Toàn Đội

Bóng Chảy, Baseball, Dã-cầu	**Baseball**		Môn Lacrosse	**Lacrosse**
người trọng-tài	**1.** umpire		cái lưới che mặt	**15.** face guard
người bắt banh	**2.** catcher		cái cần đánh lacrosse	**16.** lacrosse stick
mặt nạ của người bắt banh	**3.** catcher's mask			
bao tay của người bắt banh	**4.** catcher's mitt		Môn Khúc-côn-cầu Nước Đá	**Ice Hockey**
cần đánh banh	**5.** bat		quả bóng băng	**17.** puck
cái mũ của người đánh banh	**6.** batting helmet		cây gậy đánh khúc-côn-cầu	**18.** hockey stick
người đánh banh	**7.** batter			
			Môn Bóng Rổ	**Basketball**
Bóng Chảy Thiếu-niên	**Little League Baseball**		tấm ván hậu	**19.** backboard
cầu-thủ thiếu-niên	**8.** Little Leaguer		cái rổ	**20.** basket
đồng-phục	**9.** uniform		quả bóng rổ	**21.** basketball
Môn Softball	**Softball**		Môn Bóng Chuyền	**Volleyball**
trái banh softball	**10.** softball		quả bóng chuyền	**22.** volleyball
cái mũ lưỡi trai	**11.** cap		cái lưới	**23.** net
chiếc bao tay	**12.** glove			
			Môn Túc-cầu, Môn Đá-bóng	**Soccer**
Môn Túc-cầu	**Football**		người giữ gôn, thủ thành	**24.** goalie
quả banh túc-cầu	**13.** football		gôn, khung thành	**25.** goal
cái mũ của cầu-thủ	**14.** helmet		quả banh	**26.** soccer ball

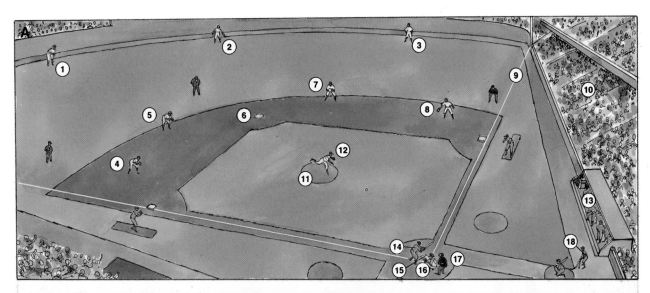

	A. Baseball Diamond		B. Football Field
Sân Bóng Chảy, Sân Baseball,		**Sân Túc-cầu Bầu Dục**	
Sân Dã-cầu		bảng ghi điểm	**19.** scoreboard
người chận bóng bên trái	**1.** left fielder	các cô gái cổ-võ	**20.** cheerleaders
người chận bóng ở giữa	**2.** center fielder	huấn-luyện-viên	**21.** coach
người chận bóng bên phải	**3.** right fielder	người trọng-tài	**22.** referee
người giữa căn-cứ thứ ba	**4.** third baseman	vùng cấm-địa, vùng địa-đầu	**23.** end zone
người chận banh giữa căn-cứ	**5.** shortstop	vai tán-vệ	**24.** split end
thứ hai và thứ ba		cầu-thủ chận banh bên trái	**25.** left tackle
căn-cứ	**6.** base	vai hộ-vệ tả	**26.** left guard
người giữ căn-cứ thứ hai	**7.** second baseman	tiền-đạo giữa	**27.** center
người giữ căn-cứ thứ nhứt	**8.** first baseman	vai hộ-vệ hữu	**28.** right guard
lằn ngoài	**9.** foul line	cầu-thủ chận banh bên phải	**29.** right tackle
khán-đài	**10.** stands	vai phòng-vệ	**30.** tight end
cái gò của người ném banh	**11.** pitcher's mound	vai trắc-vệ	**31.** flanker
người ném banh	**12.** pitcher	cầu-thủ chính	**32.** quarterback
chỗ ngồi của cầu-thủ	**13.** dugout	trung-ứng	**33.** halfback
người đánh banh	**14.** batter	vai hậu-vệ	**34.** fullback
khuôn đích	**15.** home plate	trụ gôn	**35.** goalpost
người bắt banh	**16.** catcher		
người trọng-tài	**17.** umpire		
người con trai giữ cần đánh banh	**18.** batboy		

Các Môn Thể-thao Cá-nhân

Môn Quần-vợt	**Tennis**	**Môn Đua Ngựa**	**Horse Racing**
trái banh quần-vợt,	1. tennis ball	cái yên ngựa	20. saddle
quả bóng quần-vợt	2. racket	người nài, con nài	21. jockey
cái vợt		cương ngựa, sợi dây cương	22. reins
Môn Ném Bóng Gỗ	**Bowling**	**Môn Thể-dục Thẩm-mỹ**	**Gymnastics**
đường rãnh	3. gutter	thể-thao-gia thẩm-mỹ	23. gymnast
đường ném bóng	4. lane	cây đà thăng-bằng	24. balance beam
cái chốt gỗ	5. pin		
quả bóng gỗ	6. bowling ball	**Môn Trượt Băng**	**Ice Skating**
		sân trượt băng	25. rink
Môn Đánh Gôn	**Golf**	giày trượt băng	26. skate
quả bóng gôn	7. golf ball	cái lưỡi giày trượt băng	27. blade
cái lỗ	8. hole		
cây gậy đánh gôn	9. putter	**Môn Racquetball**	**Racquetball**
người chơi gôn	10. golfer	cái kính mắt an-toàn	28. safety goggles
		cái vợt	29. racquet
Môn Ném Bóng	**Handball**	quả bóng racquet	30. racquetball
cái bao tay	11. glove		
quả bóng ném	12. handball	**Môn Chạy Đua, Môn Điền-kinh**	**Track and Field**
sân ném bóng	13. court	người chạy	31. runner
		đường chạy	32. track
Môn Đánh Võ	**Boxing**		
cái mũ bảo-vệ đầu	14. head protector	**Môn Trượt Tuyết Băng Đồng**	**Cross-Country Skiing**
cái bao tay	15. glove	bộ ván trượt tuyết	33. skis
người trọng-tài	16. referee	cây gậy trượt tuyết	34. pole
võ-trường	17. ring	người trượt tuyết	35. skier
Môn Bóng Bàn	**Ping-Pong**		
cái vợt bóng bàn	18. paddle		
quả bóng bàn	19. ping-pong ball		

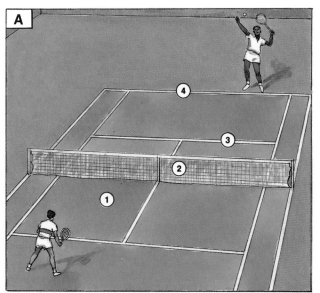

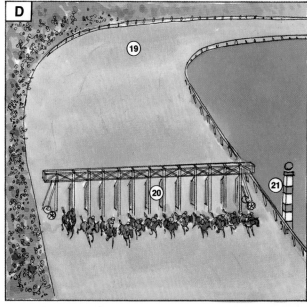

Sân Quần-vợt	**A. Tennis Court**
sân giao bóng	**1.** service court
cái lưới	**2.** net
lằn giao bóng	**3.** service line
lằn đáy	**4.** baseline
Sân Gôn	**B. Golf Course**
cây gậy đánh gôn	**5.** clubs
sân bãi gồ-ghề	**6.** rough
cái bao đựng dụng-cụ đánh gôn	**7.** golf bag
cái xe đẩy dụng-cụ đánh gôn	**8.** golf cart
lá cờ	**9.** flag
bãi cỏ xanh	**10.** green
cái bẫy cát	**11.** sand trap
đường lăn bóng	**12.** fairway
điểm phát bóng	**13.** tee

Sườn Đồi Trượt Tuyết	**C. Ski Slope**
cây gậy trượt tuyết	**14.** pole
giày ống trượt tuyết	**15.** ski boot
cái khóa giày	**16.** binding
trên tấm ván trượt tuyết	
tấm ván trượt tuyết	**17.** ski
xe móc chở người trượt tuyết	**18.** ski lift
Trường Đua	**D. Race Track**
con đường ngựa đua	**19.** stretch
cái cổng bắt đầu	**20.** starting gate
mức đến	**21.** finish line

Động-từ Thể-thao

đánh trúng	**1.** hit	chuyền	**5.** pass
giao bóng	**2.** serve	chạy	**6.** run
đá	**3.** kick	ngã, té	**7.** fall
bắt, chụp	**4.** catch	nhảy	**8.** jump

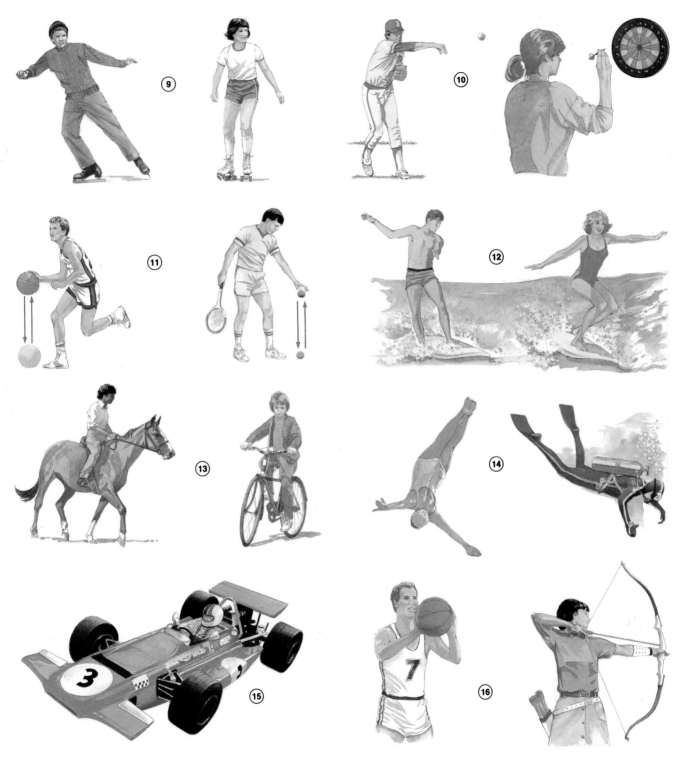

trượt băng	**9.** skate		cởi	**13.** ride
ném	**10.** throw		lặn	**14.** dive
nhảy lên, bật lên, vồng, tung lên	**11.** bounce		lái	**15.** drive
lướt sóng	**12.** surf		bắn, ném (bóng)	**16.** shoot

Đàn Có Dây	Strings
đàn dương cầm	1. piano
bàn phím	a. keyboard
bản nhạc	2. sheet music
đàn ghi-ta Hạ-oai bốn dây	3. ukulele
đàn măng-đô-lin	4. mandolin
đàn băng-jô	5. banjo
đàn hạc	6. harp
đàn vĩ-cầm	7. violin
cái vĩ	a. bow
đàn an-tô	8. viola
đàn vi-ô-lông-xên	9. cello
đàn bát	10. bass
sợi dây đàn	a. string
đàn ghĩ-ta	11. guitar
cái móng gảy đàn	a. pick

Kèn Sáo Bằng Gỗ	Woodwinds
ống sáo nhỏ, ống tiêu	12. piccolo
ống sáo	13. flute
kèn fagot	14. bassoon
kèn ô-boa	15. oboe
kèn clarinet	16. clarinet

Nhạc-cụ Đánh Gỗ	Percussion
cái trống pô-rô-vang	17. tambourine
cái chập-chỏa	18. cymbals
cái trống	19. drum
cái dùi trống	a. drumsticks
cái trống conga	20. conga
cái trống tang đồng, cái kiểng đồng	21. kettledrum
cái trống bongo	22. bongos

Kèn Đồng	Brass
cái kèn trombone	23. trombone
cái kèn xắc-xô	24. saxophone
cái kèn trompet	25. trumpet
cái kèn cờ	26. French horn
cái kèn tuba	27. tuba

Các Nhạc-cụ Khác	Other Instruments
đàn xếp, đàn accordion	28. accordion
đàn phong-cầm (dùng trong nhà thờ)	29. organ
đàn ác-mô-ni-ca	30. harmonica
đàn phiếm gỗ, đàn mộc cầm	31. xylophone

Vũ Ba-lê, Kịch Múa	A. The Ballet		Nhạc-cảnh Hàl-hước	B. Musical Comedy
tấm màn	1. curtain		ban hát	18. chorus
phong cảnh	2. scenery		diễn-viên, người tài-tử	19. actor
người múa, vũ-công, vũ-nữ	3. dancer		nữ diễn-viên, nữ tài-tử	20. actress
đèn sân-khấu	4. spotlight			
sân-khấu	5. stage		Ban Nhạc Rock	C. Rock Group
ban nhạc, dàn nhạc	6. orchestra		máy hòa-âm	21. synthesizer
cái bục đứng của nhạc trưởng	7. podium		người đánh đàn dương-cầm	22. keyboard player
người nhạc-trưởng	8. conductor		người đánh đàn ghi-ta trầm	23. bass guitarist
chiếc đũa của nhạc-trưởng	9. baton		ca-sĩ	24. singer
nhạc-sĩ	10. musician		người đánh đàn ghi-ta chính	25. lead guitarist
ghế riêng đặc-biệt	11. box seat		đàn ghi-ta điện	26. electric guitar
khu ghế ngồi gần dàn nhạc	12. orchestra seating		người đánh trống	27. drummer
khu gác lửng	13. mezzanine			
khu ban-công	14. balcony			
khán-thính-giả	15. audience			
người chỉ ghế ngồi trong rạp hát	16. usher			
các tờ chương-trình	17. programs			

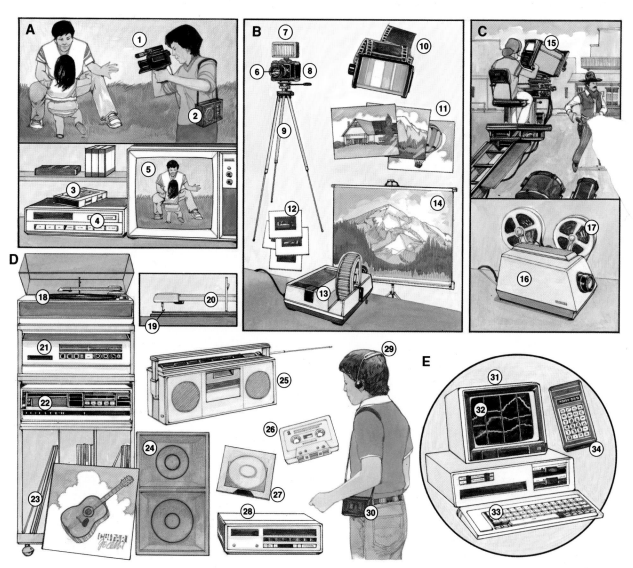

Máy Video	A. Video
cái máy quay phim video	1. video camera
cái máy quay phim video loại nhỏ	2. Minicam ™
cuộn băng video	3. videocassette (tape)
cái máy thâu băng video, máy-vi-xi-a	4. VCR (videocassette recorder)
cái máy truyền-hình ,ti-vi	5. television
Nhiếp-ảnh	**B. Photography**
ống kính	6. lens
đèn flash	7. flash
cái máy ảnh, máy chụp hình	8. camera
cái giá ba chân	9. tripod
(cuộn) phim	10. (roll of) film
các tấm ảnh	11. prints
các tấm phim màu, phim slide	12. slides
cái máy chiếu phim slide	13. slide projector
tấm màn ảnh	14. screen
Phim Ảnh	**C. Film**
cái máy quay phim	15. movie camera
cái máy chiếu phim, máy rọi phim	16. projector
(cuộn) phim	17. (reel of) film

Âm-thanh	D. Audio
cái máy quay dĩa hát	18. turntable
cây kim máy hát	19. cartridge needle
cái cần giữ kim máy hát	20. arm
cái máy ra-đi-ô	21. receiver
cái máy cassette	22. cassette deck
cái dĩa hát	23. records
cái loa	24. speaker
cái máy stereo cassette	25. stereo cassette player
cuộn băng cassette	26. cassette
cái dĩa compact	27. compact disc (CD)
cái máy chơi dĩa compact	28. compact disc player
bộ ống nghe	29. headphones
cái máy Sony Walkman	30. Sony Walkman
Máy Điện-tóan	**E. Computers**
cái máy điện-toán cá-nhân	31. personal computer (PC)
cái mô-ni-tơ	32. monitor
bàn chữ	33. keyboard
cái máy tính	34. calculator

Two numbers occur after words in the index: the first refers to the page where the word is illustrated and the second to the item number of the word on that page. For example, above [ə bŭv❜] **102** 2 means that the word *above* is the item numbered 2 on page 102. If only a bold number appears, then that word is part of the unit title or a subtitle.

The index includes a pronunciation guide for all the words illustrated in the book. This guide uses symbols commonly found in dictionaries for native speakers. These symbols, unlike those used in transcription systems such as the International Phonetic Alphabet, tend to preserve spelling and so should help you to become more aware of the connections between written English and spoken English.

Consonants

[b] as in **back** [băk]   [k] as in **kite** [kīt]   [sh] as in **shell** [shĕl]
[ch] as in **cheek** [chēk]   [l] as in **leaf** [lēf]   [t] as in **tape** [tāp]
[d] as in **date** [dāt]   [m] as in **man** [măn]   [th] as in **three** [thrē]
[dh] as in **the** [dh]   [n] as in **neck** [nĕk]   [v] as in **vine** [vīn]
[f] as in **face** [fās]   [ng] as in **ring** [rĭng]   [w] as in **waist** [wāst]
[g] as in **gas** [găs]   [p] as in **pack** [păk]   [y] as in **yam** [yăm]
[h] as in **half** [hăf]   [r] as in **rake** [rāk]   [z] as in **zoo** [zo͞o]
[j] as in **jack** [jăk]   [s] as in **sand** [sănd]   [zh] as in **measure** [mĕzh❜ər]

Vowels

[ā] as in **bake** [bāk]   [ī] as in **lime** [līm]   [o͞o] as in **cool** [ko͞ol]
[ă] as in **back** [băk]   [ĭ] as in **lip** [lĭp]   [o͝o] as in **book** [bo͝ok]
[ä] as in **bar** [bär]   [ï] as in **beer** [bïr]   [ow] as in **cow** [kow]
[ē] as in **beat** [bēt]   [ō] as in **post** [pōst]   [oy] as in **boy** [boy]
[ĕ] as in **bed** [bĕd]   [ŏ] as in **box** [bŏks]   [ŭ] as in **cut** [kŭt]
[ë] as in **bear** [bër]   [ö] as in **claw** [klö]   [ü] as in **curb** [kürb]
                                     or **for** [för]   [ə] as in **above** [ə bŭv❜]

All pronunciation symbols used are alphabetical except for the schwa [ə], which is the most frequent vowel sound in English. If you use it appropriately in unstressed syllables, your pronunciation will sound more natural.

You should note that an umlaut ([¨]) calls attention to the special quality of vowels before [r]. (The sound [ö] can also represent a vowel not followed by [r] as in *claw.*) You should listen carefully to native speakers to discover how these vowels actually sound.

Stress

This guide also follows the system for marking stress used in many dictionaries for native speakers.
    (1) Stress is not marked if a word consisting of a single syllable occurs in isolation.
    (2) Where stress is marked, two levels are distinguished:
        a bold accent [❜] is placed after each syllable with primary stress,
        a light accent [ˊ] is placed after each syllable with secondary stress.

Syllable Boundaries

Syllable boundaries are indicated by a single space.

NOTE: The pronunciation used in this index is based on patterns of American English. There has been no attempt to represent all of the varieties of American English. Students should listen to native speakers to hear how the language actually sounds in a particular region.

above [ə bŭv′] **102** 2
abdomen [ăb′də mən] **4** 14
accelerator [ăk sĕl′ə rā′tər] **50** 27
accordion [ə kör′dē ən] **98** 28
accountant [ə kown′tənt] **86** 18
acorn [ā′körn] **61** 33b
acorn squash [ā′körn skwŏsh′] **7** 28
across [ə krös′] **103** 6
actor [ăk′tər] **99** 19
actress [ăk′trəs] **99** 20
acute angle [ə kyōōt′ăng′gəl] **79** 8
address [ă′drĕs] **46** 11
adjectives [ăj′ĭk tĭvz] **24, 25**
aerial tramway [ër′ē əl trăm′wā] **55** 31
Africa [ă′frĭ kə] **70** 4
after-shave lotion [ăf′tər shāv lō′shən] **23** 21
ailments [āl′mənts] **40**
air conditioner [ër′kən dĭ′shə nər] **32** 11
air filter [ër′fĭl′tər] **51** 52
Air Force [ër′förs′] **48** 19
air mattress [ër′mă′trəs] **91** 26
air pump [ër′pŭmp′] **53** 13
air travel [ër′tră′vəl] **56**
aircraft [ër′krăft′] **57**
aircraft carrier [ër′krăft kăr′yər] **48** 4
aircraft types [ër′krăft tīps′] **57**
(airmail) envelope [ër′māl ĕn′və lōp] **46** 16
airman [ër′mən] **48** 20
airport check-in [ër′pört chĕk′ĭn] **56**
aisle [ī′əl] **14** 10, **56** 23
Alabama [ăl′ə bă′mə] **72** 1
alarm clock [ə lärm′klŏk] **32** 8
Alaska [ə lăs′kə] **72** 2
alcohol [ăl′kə höl′] **39** 22
alligator [ăl′ə gā′tər] **65** 8
almond(s) [ö′mənd(z)] **9** 31
Alps [ălps] **70** 44
Amazon River [ă′mə zŏn rĭv′ər] **71** 59
ambulance [ăm′byə ləns] **42** 6
amphibians [ăm fĭ′bē ənz] **65**
ammunition [ăm′yə nĭsh′ən] **48**
anchor [ăng′kər] **58** 24
Andes [ăn′dēz] **71** 43
ankle [ăng′kəl] **5** 49

animals [ăn′ə məlz] **62-69**
ant [ănt] **63** 12
Antarctic Ocean [ănt ärk′tĭk ō′shən] **70** 14
Antarctica [ănt ärk′tĭ kə] **70** 7
anteater [ănt′ē′tər] **66** 5
antenna [ăn tĕn′ə] **51** 46, **62** 1b
antler [ănt′lər] **67** 35a
apartment house [ə pärt′mənt hows′] **45** 23
apex [ā′pĕks] **79** 21
Appalachian Mountains [ăp′ə lā′chē ən mown′tənz] **71** 41
apple [ă′pəl] **8** 2
apricot [ăp′rə kŏt′] **9** 25
apron [ā′prən] **16** 6
aquatic mammals [ə kwŏ′tĭk· mă′məlz] **68**
Arabian Sea [ə rā′bē ən sē′] **70** 30
arc [ärk] **79** 16
architect [är′kə tĕkt′] **86** 8
Arctic [ärk′tĭk] **70** 8
Arizona [ăr′ə zō′nə] **72** 3
Arkansas [är′kən sö′] **72** 4
arm [ärm] **4** 6, **100** 20
armadillo [är′mə dĭl′ō] **66** 2
armed forces [ärmd′för′səz] **48**
armpit [ärm′pĭt′] **4** 10
armrest [ärm′rĕst′] **50** 3
Army [är′mē] **48** 15
around [ə rownd′] **103** 2
artery [är′tə rē] **5** 69
artichoke [är′tə chōk′] **6** 11
artist [är′təst] **86** 3
arts [ärts] **86**
ashtray [ăsh′trā′] **16** 29
Asia [ā′zhə] **70** 5
asparagus [ə spăr′ə gəs] **6** 18
asteroid [ăs′tə royd′] **74** 20
astronaut [ăs′trə nöt′] **75** 5
at [ăt] **102** 1
Atacama Desert [ăt′ə kŏ′mə dĕz′ərt] **71** 50
athletic supporter [ăth lĕ′tĭk sə pör′tər] **22** 4
atlas [ăt′ləs] **47** 20
attachments [ə tăch′mənts] **35** 17
attendant [ə tĕn′dənt] **39** 8, **53** 12

audience [ö′dē əns] **99** 15
audio [ö′dē ō′] **100**
aunt [ănt] **3** 6
Australia [ö strāl′yə] **70** 6
author [ö′thər] **47** 8
automatic transmission [ö′tə măt′ĭk trănz mĭ′shən] **50**
avocado [ăv′ə kŏ′dō] **9** 33
away from [ə wā′frŭm′] **103** 5
axe [ăks] **42** 14
baboon [bă bōōn′] **69** 19
baby [bā′bē] **2** 5
baby carriage [bā′bē kăr′ĭj] **45** 27
baby lotion [bā′bē lō′shən] **33** 6
baby powder [bā′bē pow′dər] **33** 7
baby wipes [bā′bē wīps′] **33** 8
baby's room [bā′bēz rōōm′] **33**
back [băk] **4** 11, **23** 19
backache [băk′āk′] **40** 8
backboard [băk′börd′] **92** 19
backhoe [băk′hō′] **82** 26
backpack [băk′păk′] **19** 4
backseat [băk′sēt′] **50** 32
backyard [băk′yärd′] **27**
back-up light [băk′əp līt′] **50** 30
bacon [bā′kən] **10** 11, **18,** 33
badge [băj] **43** 5
Baffin Bay [băf′ən bā′] **70** 16
bag [băg] **12** 8, **15** 25, **21** 35
baggage [băg′ĭj] **56** 8
bake [bāk] **31** 14
baked beans [bākt′bēnz′] **18** 3
baked goods [bākt gōodz′] **14** 11
baked potato [bākt′pə tā′tō] **18** 20
baker [bā′kər] **84** 8
bakery [bā′kə rē] **44** 6
balance beam [băl′əns bēm′] **94** 24
balcony [băl′kə nē] **99** 14
(bale of) hay [bāl′əv hā′] **81** 13
ball [böl] **5** 52
ballet [bă lā′] **99**
ballfields [böl′fēldz′] **93**
ballpoint pen [böl′poynt pĕn′] **76** 22
Baltic Sea [böl′tĭk sē′] **70** 22
bananas [bə nă′nəz] **9** 20
Band-Aid [bănd′ād′] **39** 4
band shell [bănd′shĕl′] **87** 2
bandage [băn′dĭj] **39** 24

banister [băn′ə stər] **28** 11

banjo [băn′jō′] **98** 5

banking [băng′kĭng] **86**

bar [bär] **13** 18, **16** 24

bar stool [bär′stōōl′] **16** 25

barber [bär′bər] **84** 3

Barents Sea [băr′ənts sē′] **70** 23

barge [bärj] **58** 12

bark [bärk] **61** 35c

barn [bärn] **81** 5

barnyard [bärn′yärd′] **81** 8

barrel [băr′əl] **48** 23

barricade [băr′ə kād′] **82** 21

bartender [bär′tĕn′dər] **16** 21

base [bās] **79** 7, **93** 6

baseball [bās′böl′] **92**

baseball diamond [bās′böl dī′mənd] **93**

baseline [bās′līn′] **95** 4

basin [bā′sən] **39** 16

basket [băs′kət] **92** 20

basketball [băs′kət böl′] **92**, **92** 21

bass [bās] **98** 10

bass guitarist [bās′gə tär′əst] **99** 23

bassoon [bă sōōn′] **98** 14

bat [băt] **66** 4, **92** 5

batboy [băt′boy′] **93** 18

bath mat [băth′ măt′] **34** 12

bath towel [băth′ tow′əl] **34** 24

bathing suit [bā′dhĭng sōōt′] **90** 18

bathing trunks [bā′ dhĭng trŭngks′] **91** 33

bathrobe [băth′ rōb′] **22** 20

bathroom [băth′ rōōm′] **34**

bathtub [băth′ tŭb′] **34** 11

baton [bə tŏn′] **99** 9

batter [băt′ ər] **92** 7, **93** 14

battery [băt′ə rē] **51** 54

batting helmet [băt′ĭng hĕl′mət] **92** 6

battleship [băt′ əl shĭp′] **48** 5

Bay of Bengal [bā′ əv bĕn göl′] **70** 32

bayonet [bā′ ə nĕt′] **48** 24

bays [bāz] **70**

beach [bēch] **90**

beach ball [bēch′ böl′] **90** 11

beach chair [bēch′ chër′] **90** 20

beach towel [bēch′ tow′ əl] **90** 15

beach umbrella [bēch′əm brĕl′ə] **90** 21

beads [bēdz] **23** 7

beak [bēk] **64** 3a

beaker [bē′kər] **78** 23

beard [bïrd] **4** 39

bears [bërz] **69**

beat [bēt] **31** 8

Beaufort Sea [bō′ fərt sē′] **70** 15

beaver [bē′vər] **66** 12

bed [bĕd] **32** 21

bed rest [bĕd′ rĕst′] **41** 1

bedroom [bĕd′rōōm′] **32**

bedspread [bĕd′sprĕd′] **32** 23

bee [bē] **63** 19

beef [bēf] **10** 1

beef stew [bēf′ stōō′] **18** 14

beer [bïr] **16** 23

beet(s) [bēts] **7** 33

beetle [bē′təl] **63** 10

behind [bə hīnd′] **102** 9

below [bə lō′] **102** 3

belt [bĕlt] **20** 16

bench [bĕnch] **43** 16, **44** 14, **78** 24, **87** 10

beret [bə rā′] **19** 22

Bering Sea [bër′ĭng sē′] **70** 34

berries [bër′ēz] **8**

between [bə twēn′] **102** 4

beverages [bĕv′rə jəz] **14** 14

bib [bĭb] **33** 20

bicycle [bī′sĭ kəl] **52** 15

big [bĭg] **24** 8

(Big Dipper) constellation [bĭg′dĭ′pər kŏn stə lā′shən] **74** 3

big toe [bĭg′ tō′] **5** 53

bike stand [bīk′ stănd′] **52** 14

biker [bī′kər] **90** 4

bikes [bīks] **52**

(bikini) panties [bə kē′ nē păn′ tēz] **22** 11

bill [bĭl] **64** 24a

bin [bĭn] **15** 16

binding [bīn′ dĭng] **95** 16

binoculars [bə nŏk′ yə lərs] **90** 7

birch [bürch] **61** 32

birds [bürdz] **64**

biscuit [bĭs′ kət] **18** 27

bison [bī′sən] **67** 19

bit [bĭt] **37** 43a

black bear [blăk′ bër′] **69** 21

black bean(s) [blăk′ bēn(z)′] **6** 14

black eye [blăk′ ī′] **40** 5

Black Sea [blăk′ sē′] **70** 26

blackberries [blăk′ bër′ ēz] **8** 12

bladder [blă′ dər] **5** 72

blade [blād] **94** 27

blanket [blăng′ket] **32** 20

blazer [blā′zer] **20** 2

bleach [blēch] **35** 26

blender [blĕn′dər] **30** 12

blimp [blĭmp] **57** 5

blinds [blīndz] **32** 12

block [blŏk] **33** 32

blouse [blows] **21** 34

blue jay [blōō′ ja′] **64** 8

(blue) jeans [blōō′ jēnz′] **19** 6

blueberries [blōō′ bër′ēz] **8** 14

blueprints [blōō′ prĭnts′] **82** 6

blush [blŭsh] **23** 32

board [börd] **82** 16

boarding [bör′dĭng] **56**

boarding pass [bör′dĭng păs′] **56** 18

boardwalk [börd′wök′] **90** 1

body [bŏ′dē] **4**

boil [boyl] **31** 16

bollard [bŏl′ərd] **58** 26

bolt [bōlt] **37** 38

bomb [bŏm] **48** 3

bomber [bŏm′ ər] **48** 2

bongos [bŏng′ gōz] **98** 22

book [bŏŏk] **13** 17

(book of) matches [bŏŏk′ əv mă′ chəz] **16** 28

bookcase [bŏŏk′ kās] **28** 22, **83** 20

bookstore [bŏŏk′ stör] **45** 18

boom [bōōm] **59** 7

booth [bōōth] **16** 9

boots [bōōts] **19** 21, **21** 32

bottle [bŏt′ əl] **12** 3, **33** 17

bottle opener [bŏt′ əl ō′ pə nər] **30** 6

bounce [bowns] **97** 11

bow [bō] **98** 7a

bow [bow] **58** 5

bowl [bōl] **13** 23

bowling [bōl′ĭng] **94**

bowling ball [bōl/ĭng bōl/] **94** 6

box [bŏks] **13** 12

box seat [bŏks/ sēt/] **99** 11

box spring [bŏks/ sprĭng/] **32** 18

boxer shorts [bŏk/ sər shŏrts/] **22** 2

boxing [bŏk/ sĭng] **94**

boy's frame [boyz/ frām/] **52** 11

bra(ssiere) [brŏ]/[brə zïr/] **22** 13

brace [brās] **36** 9

bracelet [brās/lət] **23** 9

brain [brān] **5** 57

brake [brāk] **50** 26, **52** 17

brake light [brāk/līt/] **50** 29

branch [brănch] **61** 35a

brass [brăs] **98**

bread [brĕd] **14** 12

bread and butter plate
    [brĕd/ ənd bŭt/ ər plāt/] **29** 11

break [brāk] **31** 7

breast [brĕst] **11** 21

bricks [brĭks] **82** 12

bridle path [brīd/ əl păth/] **87** 7

briefcase [brēf/kās/] **21** 37

briefs [brēfs] **22** 12

broccoli [brŏk/ ə lē] **6** 2

broil [broyl] **31** 13

broiler [broy/lər] **30** 33

broken bone [brō/kən bōn/] **40** 15

broom [broom] **35** 7

brother [brŭdh/ ər] **3** 9

brother-in-law [brŭdh/ ər ən lö/] **3** 11

bruise [brooz] **40** 17

brush [brŭsh] **76** 18

brussels sprouts [brŭs/ əl sprowts/] **6** 4

bucket [bŭk/ət] **35** 15

bucket seat [bŭk/ ət sēt/] **50** 16

buckle [bŭk/ əl] **20** 17

bud [bŭd] **60** 18a

buffet [bə fā/] **29** 29

builder [bĭl/ dər] **82** 5

building number [bĭl/ dĭng nŭm/ bər]
    45 24

bulb [bŭlb] **60** 8a

bull [bool] **67** 34

bulldozer [bool/dō/ zər] **82** 27

bullet [bool/ĭt] **48** 26

bulletin board [bool/ĭ tən börd/] **76** 7

bumper [bŭm/pər] **33** 5

bun [bŭn] **18** 7

bunch [bŭnch] **8** 1

Bunsen burner [bŭn/ sən bür/ nər]
    78 20

buoy [boo/ē]/[boy] **58** 16

bureau [byoor/ō] **32** 9

burn [bürn] **17** 14, **40** 18

burner [bür/nər] **30** 29

bus [bŭs] **53** 20, **54**

bus driver [bŭs/ drī/vər] **54** 3

bus stop [bŭs/ stŏp/] **44** 13

busboy [bŭs/ boy/] **16** 3

bushes [boosh/ əz] **61** 41

business workers [biz/ nəs wür/kərz] **86**

butcher [boo/ chər] **84** 13

butter [bŭt/ ər] **18** 18

buttercup [bŭt/ ər kŭp/] **60** 17

butterfly [bŭt/ ər flī/] **63** 3

buttocks [bŭt/ əks] **4** 15

button [bŭt/ ən] **20** 3, **101** 9

buttonhole [bŭt/ ən hōl/] **101** 8

C-clamp [sē/klămp/] **36** 2

cab driver [kăb/ drī/ vər] **55** 26

cabbage [kăb/ĭj] **6** 3

cabin [kăb/ĭn] **56** 19

cabin cruiser [kăb/ĭn kroo/ zər] **59** 16

cabinet [kăb/ə nət] **30** 22

cable [kā/bəl] **52** 23

cable car [kā/bəl kär/] **55** 32

cactus [kăk/təs] **61** 40

calculator [kăl/kyə lā/ tər] **83** 19,
    100 34

calendar [căl/ ən dər] **83** 9

calf [kăf] **4** 20, **67** 31

California [kăl/ ə för/ nyə] **72** 5

call card [köl/ kärd/] **47** 6

call number [köl/ nŭm/ bər] **47** 7

call slip [köl/ slĭp/] **47** 12

camel [kăm/ əl] **67** 33

camera [kăm/ər ə] **100** 8

cameraperson [kăm/ ər ə pür/ sən] **86** 10

camisole [kăm/ ə sōl/] **22** 9

camp stove [kămp/ stōv/] **89** 25

camper [kăm/ pər] **53** 16

campfire [kămp/ fīr/] **89** 31

camping [kăm/ pĭng] **89**

can [kăn] **12** 10

can opener [kăn/ ō/ pə nər] **30** 4

canary [kə nër/ ē] **64** 14

candle [kăn/ dəl] **29** 27

candlestick [kăn/ dəl stĭk/] **29** 28

canister [kăn/ ə stər] **30** 15

canned goods [kănd/ goodz/] **14** 13

cannon [kăn/ ən] **48** 11

canoe [kə noo/] **59** 2

cantaloupe [kăn/ tə lōp/] **9** 36

canyon [kăn/ yən] **88** 3

cap [kăp] **19** 2, **21** 43, **92** 11

capsule [kăp/ səl] **41** 5

car [kär] **54** 9

card catalog [kärd/ kăt/ ə lög] **47** 4

cardigan [kär/ dĭ gən] **21** 26

cardinal [kärd/ nəl] **64** 11

cargo [kär/ gō] **58** 10

cargo area [kär/ gō ër/ ē ə] **57** 12

cargo bay [kär/ gō bā/] **75** 9

cargo door [kär/ gō dör/] **57** 13

Caribbean Sea [kăr/ ə bē/ ən sē/]
    70 20

carpenter [kär/ pən tər] **85** 2

carpenter's rule [kär/ pən tərz rool/]
    36 1

carrot(s) [kăr/ ət(s)] **7** 32

carry [kăr/ē] **26** 16

carry-on bag [kăr/ ē ŏn băg/] **56** 2

cars [kärz] **50-51**

carton [kär/ tən] **12** 1

cartridge needle [kär/ trĭj nē/ dəl]
    100 19

carve [kärv] **31** 6

cash register [kăsh/ rĕ/ jə stər] **15** 21

cashew(s) [kăsh/ oo(z)] **9** 27

cashier [kă shïr/] **15** 22

Caspian Sea [kăs/ pē ən sē/] **70** 27

casserole dish [kăs/ ə rōl dĭsh/] **30** 14

cassette [kə sĕt/] **100** 26

cassette deck [kə sĕt/ dĕk/] **100** 22

cast [kăst] **39** 5

cat [kăt] **68** 4

catch [kăch] **96** 4

catcher [kăch/ ər] **92** 2, **93** 16

catcher's mask [kăch/ ərz măsk/] **92** 3

catcher's mitt [kăch/ ərz mĭt/] **92** 4

caterpillar [kăt/ ər pĭl/ər] **63** 1

cattle [kăt/ əl] **81** 20

Caucasus [kö/ kə səs] **71** 45

cauliflower [kŏl′ ə flow′ ər] **6** 1
ceiling [sē′ lĭng] **28** 2
ceiling fan [sē′ lĭng făn′] **28** 1
celery [sĕl′ ə rē] **6** 10
cello [chĕl′ o] **98** 9
cement [sə mĕnt′] **82** 10
cement mixer [sə mĕnt′ mĭk′ sər]
    82 25
cement truck [sə mĕnt′ trŭk′] **49** 13
center [sĕn′ tər] **79** 13, **93** 27
center divider [sĕn′ tər də vī′ dər]
    53 18, **82** 24
center fielder [sĕn′ tər fēl′ dər] **93** 2
center lane [sĕn′ tər lān′] **53** 6
centerboard [sĕn′ tər börd′] **59** 6
centipede [sĕn′ tə pēd′] **63** 22
chain [chān] **23** 5, **52** 18
chair [chër] **29** 17
chalk [chök] **76** 10
chalk tray [chök′ trā′] **76** 9
chalkboard [chök′ börd′] **76** 5
chandelier [shăn′ də lïr′] **29** 3
change (the sheets) [chānj′ dhə shēts′]
    38 13
changing table [chān′ jĭng tā′ bəl] **33** 9
charcoal briquettes
    [chär′ kōl brĭ kĕts′] **27** 23
chart [chärt] **39** 10
check [chĕk] **15** 27, **16** 14
checked [chĕkt] **24** 18
checkout counter [chĕk′ owt kown′ tər]
    15 26
checkout desk [chĕk′ owt dĕsk′] **47** 2
cheerleaders [chïr′ lē′ dərz] **93** 20
cheek [chēk] **4** 35
cherries [chër′ ēz] **9** 19
cherry picker [chër′ ē pĭk′ ər] **82** 18
chest [chĕst] **4** 12
chest of drawers [chĕst′ əv drörz′]
    32 30
chestnut(s) [chĕs′ nŭt(s)] **9** 32
chick [chĭk] **64** 22
chicken [chĭk′ ən] **11** 24, **64** 23
child's seat [chīldz′ sēt′] **50** 33
children [chĭl′ drən] **2** 7
chills [chĭlz] **40** 4
chimney [chĭm′ nē] **27** 9
chimpanzee [chĭm păn′ zē] **69** 16

chin [chĭn] **4** 3
china [chī′ nə] **29** 1
china closet [chī′ nə klŏz′ ət] **29** 2
chipmunk [chĭp′ mŭnk] **66** 6
chop [chŏp] **26** 11, **31** 11
chops [chŏps] **10** 9, **10** 15
chorus [kör′ əs] **99** 18
(chrysanthe)mum
    [krə săn′ thə məm]/[mŭm] **60** 4
cigarette [sĭg′ ə rĕt′] **16** 31
circle [sür′ kəl] **79** 11
circuit breaker [sür′ kət brā′ kər] **35** 5
circular saw [sür′ kyə lər sö′] **36** 20
circumference [sür kŭm′ fə rəns] **79** 17
citrus fruits [sĭ′ trəs frōōts′] **8**
city [sĭt′ ē] **44-45**
clam(s) [klăm(z)] **11** 32
clamp [klămp] **78** 7
clarinet [klăr′ə nĕt′] **98** 16
clasp [klăsp] **23** 17
classroom [klăs′ rōōm′] **76**
claw [klö] **62** 13a, **68** 2a
clean [klēn] **24** 6, **26** 2
cleanser [klĕn′ zər] **35** 9
clear [klïr] **17** 6
cliff [klĭf] **89** 21
clip-on earring [klĭp′ ŏn ïr′ ĭng] **23** 15
clock [klŏk] **76** 2
close (v) [klōz] **77** 5
closed [klōzd] **24** 16
closet [klŏz′ ət] **32** 3
cloth diaper [klöth′ dī′ pər] **33** 13
clothes [klōz] **19-24**
clothesline [klōz′ līn′] **35** 19
clothespins [klōz′ pĭnz′] **35** 20
cloudy [klow′ dē] **25** 2
clove [klōv] **7** 25a
cloverleaf [klō′ vər lēf′] **53** 4
clubs [klŭbz] **95** 5
clutch [klŭch] **50** 25
coach [kōch] **93** 21
coal [kōl] **80** 7
coal mine [kōl′ mīn] **80** 6
coaster [kō′ stər] **16** 27
coat [kōt] **19** 24, **42** 13
cob [kŏb] **6** 12a
cobra [kō′ brə] **65** 11
cockpit [kŏk′ pĭt′] **56** 13

cockroach [kŏk′ rōch′] **63** 9
cocktail lounge [kŏk′ tāl lownj′] **16**
cocktail waitress [kŏk′ tāl wā′ trəs]
    16 32
cocoon [kə kōōn′] **63** 2
coconut [kō′ kə nŭt′] **8** 3
coffee [kö′ fē] **18** 35
coffeemaker [kö′ fē mā′ kər] **30** 31
coffeepot [kö′ fē pŏt′] **29** 18
coffee table [kö′ fē tā′ bəl] **28** 26
coins [koynz] **13** 26
colander [kŏl′ ən dər] **30** 7
cold [kōld] **25** 10, **40** 11
cold water faucet [kōld′ wŏ tər fö′ sət]
    34 18
collar [kŏl′ ər] **20** 20
colonial-style house
    [kə lō′ nē əl stīl hows′] **27**
Colorado [kŏl′ə rŏd′ ō] **72** 6
column [kŏl′ əm] **50** 13
comb [kōm] **32** 6
combine (n) [kŏm′ bīn] **81** 17
comet [kŏm′ ət] **74** 2
comforter [kŭm′ fər tər] **32** 22
command module [kə mănd′ mŏj′ ōōl]
    75 8
communication satellite
    [kə myōō′ nə kā shən săt′ ə līt] **75** 2
commuter [kə myōō′ tər] **55** 17
commuter train [kə myōō′ tər trān′]
    55 14
compact disc (CD)
    [kŏm′ păkt dĭsk′]/[sē′ dē′] **100**
compact disc player
    [kŏm′ păkt dĭsk′ plā′ ər] **100** 28
computer [kəm pyōō′ tər] **76** 8, **83**
    16, **100**
computer programmer
    [kəm pyōō′ tər prō′ grăm ər] **86** 16
conductor [kən dŭk′ tər] **54** 7, **99** 8
cone [kōn] **61** 34b, **79** 28, **82** 19
conga [kŏng′ gə] **98** 20
Congo River [kŏng′ gō rĭv′ ər] **71** 62
Connecticut [kə nĕ′ tĭ kət] **72** 7
constellation [kŏn′ stə lā′ shən] **74** 3
construction [kən strŭk′ shən] **82**
(construction) boots
    [kən strŭk′ shən bōōts′] **21** 32

construction site .[kən strŭk**ˈ** shən sīt**ˈ**] **82**

construction worker
  [kən strŭk**ˈ** shən wür**ˈ** kər] **82** 14

container [kən tā**ˈ**nər] **12** 2, **58** 7

(container)ship [kən tā**ˈ** nər shĭp**ˈ**] **58** 9

containers [kən tā**ˈ** nərz] **12**

continents [kŏn**ˈ** tə nənts] **70**

control tower [kən trōl**ˈ** tow**ˈ**ər] **57** 20

conveyor belt [kən vā**ˈ**ər bĕlt] **15** 23,
  56 12

cook (n) [kŏok] **16** 1

cook (v) [kŏok] **17** 4

cookie [kŏok**ˈ** ē] **18** 22

cool [kŏol] **25** 9

cooler [kŏo**ˈ** lər] **91** 41

cooling tower [kŏo**ˈ**lĭng tow**ˈ**ər] **80** 16

copilot [kō**ˈ**pī lət] **56** 16

cord [körd] **32** 26a, **54** 1

(corduroy) pants [kör**ˈ** də roy pănts**ˈ**]
  21 27

core [kör] **8** 2b, **80** 14

cork [körk] **16** 18

corkscrew [körk**ˈ** skrŏo**ˈ**] **16** 17

corn [körn] **6** 12, **60** 24

corner [kör**ˈ** nər] **44** 3

corral [kə răl**ˈ**] **81** 24

cosmetics [kŏz mĕt**ˈ** ĭks] **23**

cotton balls [kŏt**ˈ** ən bölz**ˈ**] **39** 23

cotton swab [kŏt**ˈ** ən swŏb**ˈ**] **33** 10

counter [kown**ˈ** tər] **30** 27

court [kört] **43**, **94** 13

court officer [kört**ˈ** ö**ˈ** fə sər] **43** 19

court reporter [kört**ˈ** rə pör**ˈ** tər] **43** 14

cousin [kŭz**ˈ**ən] **3** 7

cow [kow] **67** 32

cowboy [kow**ˈ** boy**ˈ**] **81** 21

cowgirl [kow**ˈ** gürl**ˈ**] **81** 22

crab(s) [krăb(z)] **11** 36, **62** 9

cradle [krā**ˈ** dəl] **33** 26

cranberries [krăn**ˈ** bër**ˈ** ēz] **8** 13

crane [krān] **58** 6

creamer [krē**ˈ** mər] **29** 24

crew [krŏo] **75** 12

(crewneck) sweater
  [krŏo**ˈ** nĕk swĕt**ˈ** ər] **19** 7

crib [krĭb] **33** 4

criket [krĭk**ˈ** ət] **63** 5

crime [krīm] **43**

crochet [krō shā**ˈ**] **101** 28

crochet hook [krō**ˈ** shā **ˈ** hŏok**ˈ**] **101** 29

crocus [krō**ˈ** kəs] **60** 9

cross-country skiing
  [krös**ˈ** kŭn trē skē**ˈ** ĭng] **94**

crosswalk [krös**ˈ** wök**ˈ**] **44** 4

crow [krō] **64** 3

crutch [krŭch] **39** 7

cube [kyōob] **79** 27

cubicle [kyŏo**ˈ** bə kəl] **83** 5

cucumber(s) [kyŏo**ˈ** kŭm bər(z)] **7** 20

cuff links [kŭf**ˈ** lĭnks**ˈ**] **23** 12

cup [kŭp] **13** 19, **29** 20

curb [kürb] **45** 26

curtain [kür**ˈ** tən] **32** 10, **99** 1

curtain rings [kür**ˈ** tən rĭngz**ˈ**] **34** 2

curtain rod [kür**ˈ** tən rŏd**ˈ**] **34** 1

curve [kürv] **79** 3

cushion [kŏosh**ˈ** ən] **28** 24

customer [kŭs**ˈ** tə mər] **15** 17

cut (v) [kŭt] **31** 9

cut (n) [kŭt] **40** 16

cutting board [kŭt**ˈ** ĭng börd**ˈ**] **30** 26

cylinder [sĭl**ˈ** ĭn dər] **79** 26

cymbals [sĭm**ˈ** bəlz] **98** 18

daffodil [dăf**ˈ** ə dĭl] **60** 8

dairy cow [dër**ˈ** ē kow**ˈ**] **81** 11

dairy farm [dër**ˈ** ē färm**ˈ**] **81**

dairy products [dër**ˈ** ē prŏd**ˈ** ŭkts] **14** 4

daisy [dā**ˈ** zē] **60** 5

dam [dăm] **80** 18

dance [dăns] **99**

dancer [dăn**ˈ** sər] **99** 3

dark [därk] **24** 10

dashboard [dăsh**ˈ** börd**ˈ**] **50** 19

date [dāt] **9** 23

daughter [dö**ˈ** tər] **3** 15

deck [dĕk] **27** 5, **58** 22

deer [dïr] **67** 26

defendant [də fĕn**ˈ** dənt] **43** 23

defense attorney [də fĕns**ˈ** ə tür**ˈ** nē]
  43 22

Delaware [dĕl**ˈ** ə wăr**ˈ**] **72** 8

deli counter [dĕl**ˈ** ē kown**ˈ** tər] **14** 1

delivery boy [də lĭv**ˈ** ə rē boy**ˈ**] **85** 10

delivery person [də lĭv**ˈ** ə rē pür**ˈ** sən]
  49 10

dental care [dĕn**ˈ** təl kër**ˈ**] **39**

dentist [dĕn**ˈ** tĭst] **39** 17

department store [də pärt**ˈ** mənt stör**ˈ**]
  44 5

depth [dĕpth] **79** 33

derrick [dër**ˈ** ĭk] **80** 2

deserts [dĕz**ˈ** ərts] **71**

desk [dĕsk] **28** 14, **76** 16, **83** 13

detective [də tĕk**ˈ** tĭv] **43** 2

diagonal [dī ăg**ˈ** ə nəl] **79** 20

diameter [dī ăm**ˈ** ə tər] **79** 12

dictionary [dĭk**ˈ** shə nër**ˈ** ē] **47** 24

diesel fuel [dē **ˈ** zəl fyŏo**ˈ** əl] **80** 34

dig [dĭg] **26** 3

dime [dīm] **13** 29

dinghy [dĭng**ˈ** ē] **59** 18

dining room [dī **ˈ** nĭng rŏom**ˈ**] **29**

dipstick [dĭp**ˈ** stĭk**ˈ**] **51** 58

dirt bike [dürt**ˈ** bīk**ˈ**] **52** 8

dirty [dür**ˈ** tē] **24** 5

disc jockey (DJ) [dĭsk**ˈ** jŏk**ˈ** ē]/[dē**ˈ** jā]
  86 9

dish drainer [dĭsh**ˈ** drā**ˈ** nər] **30** 2

dish towel [dĭsh**ˈ** tow**ˈ** əl] **30** 18

dishwasher [dĭsh**ˈ** wŏsh**ˈ** ər] **30** 1

dishwashing liquid
  [dĭsh**ˈ** wŏsh ĭng lĭ**ˈ** kwĭd] **30** 10

disposable diaper
  [dīs pō**ˈ** zə bəl dī**ˈ** pər] **33** 12

dissection kit [dĭ sĕk**ˈ** shən kĭt**ˈ**] **78** 33

dive [dīv] **97** 14

dock [dŏk] **58** 28

doctor [dŏk**ˈ** tər] **39** 11

dogs [dögz] **69**

dogwood [dög**ˈ** wŏod**ˈ**] **61** 28

doll [dŏl] **33** 28

doll house [dŏl**ˈ** hows**ˈ**] **33** 25

dollar bills [dŏl**ˈ** ər bĭlz**ˈ**] **13** 25

dolly [dŏl**ˈ** ē] **56** 6

dolphin [dŏl**ˈ** fĭn] **68** 13

donkey [dŏng**ˈ** kē] **67** 23

door handle [dör**ˈ** hăn**ˈ** dəl] **50** 4

door lock [dör**ˈ** lŏk**ˈ**] **50** 1

doorman [dör**ˈ** mən] **85** 11

down [down] **103** 3

down vest [down**ˈ** vĕst**ˈ**] **19** 12

dragonfly [drăg**ˈ** ən flī**ˈ**] **63** 4

drain [drān] **34** 9

drainpipe [drān**ˈ** pīp**ˈ**] **27** 18

drapes [drāps] **28** 23
draw [drö] **77** 11
drawer [drör] **47** 5
dress [drĕs] **20** 22
dried fruits [drīd⁄ fro͞ots⁄] **9**
drill [drĭl] **39** 15
drink [drĭngk] **17** 2
drive [drīv] **97** 15
driveway [drīv⁄ wā⁄] **27** 1
drugstore [drŭg⁄ stör⁄] **45** 22
drum [drŭm] **98** 19
drummer [drŭm⁄ər] **99** 27
drumsticks [drŭm⁄ stĭks⁄] **98** 19a
dry [drī] **25** 14, **38** 9
dryer [drī⁄ər] **35** 24
duck [dŭk] **11** 25, **64** 25
(duck) pond [dŭk⁄ pŏnd⁄] **87** 8
dugout [dŭg⁄ owt⁄] **93** 13
dump truck [dŭmp⁄ trŭk⁄] **49** 14
dust [dŭst] **38** 15
dustpan [dŭst⁄ păn⁄] **35** 8
eagle [ē⁄ gəl] **64** 5
ear [ïr] **4** 34
(ear of) corn [ïr⁄ əv körn⁄] **6** 12
earmuffs [ïr⁄ mŭfs⁄] **19** 10
earrings [ïr⁄ ĭngz] **23** 1
Earth [ürth] **74** 8, **13**
east [ēst] **71** 73
East China Sea [ēst⁄ chī⁄ nə sē⁄] **70** 38
eat [ēt] **17** 1
eel [ēl] **65** 4
egg [ĕg] **18** 32, **64** 13
egg roll [ĕg⁄ rōl⁄] **18** 25
eggplant [ĕg⁄ plănt⁄] **7** 21
elbow [ĕl⁄ bō] **4** 8
electric drill [ĭ lĕk⁄ trĭk drĭl⁄] **37** 43
electric guitar [ĭ lĕk⁄ trĭk gĭ tär⁄] **99** 26
electric generator [ĭ lĕk⁄ trĭk gĕn⁄ ə rā tər] **80** 21
electrical tape [ĭ lĕk⁄ trĭ kəl tāp⁄] **37** 34
electrician [ĭ lĕk trĭ⁄ shən] **85** 6
electricity [ĭ lĕk trĭs⁄ ĭ tē] **80** 32
electronics [ĭ lĕk trŏn⁄ ĭks] **100**
elephant [ĕl⁄ ə fənt] **66** 17
elevator [ĕl⁄ ə vā⁄ tər] **45** 17, **80** 9

elm [ĕlm] **61** 36
embroidery [ĕm broi⁄ də rē] **101** 27
emergency brake [ĭ mür⁄ jən sē brāk⁄] **50** 15
emery board [ĕm⁄ ə rē börd⁄] **23** 24
encyclopedia [ĕn sī⁄ klə pē⁄ dē ə] **47** 25
end table [ĕnd⁄ tā⁄ bəl] **28** 29
end zone [ĕnd⁄ zōn⁄] **93** 23
energy [ĕn⁄ ər jē] **80**
engagement ring [ĕn gāj⁄ mənt rĭng⁄] **23** 3
engine [ĕn⁄ jən] **51, 52** 32
engineer [ĕn⁄ jə nïr⁄] **55** 15
enter [ĕn⁄ tər] **77** 14
entrance ramp [ĕn⁄ trəns rămp⁄] **53** 21
envelope [ĕn⁄ və lōp⁄] **46** 16, **83** 31
equator [ĭ kwā⁄ tər] **71** 70
erase [ĭ rās⁄] **77** 3
eraser [ĭ rā⁄ sər] **76** 11
escarole [ĕs⁄ kə rōl⁄] **6** 7
esophagus [ĭ sŏf⁄ ə gəs] **5** 61
eucalyptus [yo͞o⁄ kə lĭp⁄ təs] **61** 27
Europe [yo͝or⁄ əp] **70** 3
examining table [ĭg zăm⁄ ə nĭng tā⁄ bəl] **39** 6
exhaust pipe [ĭg zöst⁄ pīp⁄] **52** 33
exit ramp [ĕg⁄ zĭt rămp⁄] **53** 2
exit sign [ĕg⁄ zĭt sīn⁄] **53** 24
Express Mail (package) [ĭk sprĕs⁄ māl păk⁄ ĭj] **46** 23
extension cord [ĭk stĕn⁄ shən körd⁄] **36** 5
eye [ī] **5**
eye drops [ī⁄ drŏps⁄] **41** 10
eye shadow [ī⁄ shă⁴ dō] **23** 30
eyebrow [ī⁄ brow⁄] **5** 44
eyebrow pencil [ī⁄ brow pĕn⁄ səl] **23** 26
eyelashes [ī⁄ lăsh⁄ əz] **5** 46
eyelid [ī⁄ lĭd⁄] **5** 45
eyeliner [ī⁄ lī⁄ nər] **23** 33
fabric softener [făb⁄ rĭk sö⁄ fə nər] **35** 27
face [fās] **4** 1
face guard [fās⁄ gärd⁄] **92** 15
factory work [făk⁄ tə rē würk⁄] **85**
fairway [fĕr⁄ wā⁄] **95** 12
fall [föl] **96** 7

Fall [föl] **26**
family [făm⁄ ə lē] **3**
family restaurant [făm⁄ ə lē rĕs⁄ tər ənt] **16**
fan belt [făn⁄ bĕlt⁄] **51** 53
fare [fĕr] **55** 21
fare box [fĕr⁄ bŏks⁄] **54** 5
farmhouse [färm⁄ hows⁄] **81** 3
farmer [fär⁄ mər] **81** 7
farming [fär⁄ mĭng] **81**
fashion designer [făsh⁄ ən də zī⁄ nər] **86** 6
father [fŏdh⁄ ər] **3** 5
faucet [fö⁄ sĭt] **34** 17, 18
fawn [fön] **67** 27
feather [fĕdh⁄ər] **64** 7a
feather duster [fĕdh⁄ ər dŭs⁄ tər] **35** 2
fence [fĕns] **81** 9
fender [fĕn⁄ dər] **52** 10
ferry [fĕr⁄ ē] **58** 17
fever [fē⁄ vər] **40** 2
field [fēld] **81** 16
fields and courses [fēldz⁄ ənd kör⁄ səz] **95**
fig [fĭg] **9** 21
fighter plane [fī⁄ tər plān⁄] **48** 1
file cabinet [fīl⁄ kăb⁄ ə nət] **83** 21
file clerk [fīl⁄ klürk⁄] **83** 23
file folder [fīl⁄ fōl⁄ dər] **83** 22
filet [fĭ lā⁄] **11** 28
fill [fĭl] **26** 9
film [fĭlm] **100** 10, **100** 17
filter paper [fĭl⁄ tər pā⁄ pər] **78** 16
fin [fĭn] **65** 3b
finger [fĭng⁄ gər] **4** 25
fingernail [fĭng⁄ gər nāl⁄] **4** 23
fingerprints [fĭng⁄ gər prĭnts⁄] **43** 24
finish line [fĭn⁄ ĭsh līn⁄] **95** 21
fire [fīr] **28** 9, **42** 5
fire engine [fīr⁄ ĕn⁄ jən] **42** 2
fire escape [fīr⁄ ə skāp⁄] **42** 4
fire extinguisher [fīr⁄ ĭk stĭng⁄ gwĭ shər] **42** 11
fire fighter [fīr⁄ fī⁄ tər] **42** 10
fire hydrant [fīr⁄ hī⁄ drənt] **42** 9
fire truck [fīr⁄ trŭk⁄] **42** 3
firefighting [fīr⁄ fī⁄ tĭng] **42**
firefly [fīr⁄ flī⁄] **63** 17

fireplace [fīr′ plās′] **28** 8

first baseman [fürst′ bās′ mən] **93** 8

first quarter [fürst′ kwör′ tər] **74** 23

fish [fĭsh] **11** 26, **65**

fisherman [fĭsh′ ər mən] **58** 2

fishing [fĭsh′ ĭng] **88**

fishing boat [fĭsh′ ĭng bōt′] **58** 1

fishing line [fĭsh′ ĭng līn′] **88** 8

fishing net [fĭsh′ ĭng nĕt′] **88** 9

fishing rod [fĭsh′ ĭng rŏd′] **88** 7

flag [flăg] **76** 1, **82** 20, **95** 9

flame [flām] **29** 26, **78** 21

flamingo [flə mĭng′ gō] **64** 29

flanker [flăng′ kər] **93** 31

flannel shirt [flăn′ əl shürt′] **19** 3

flare [flër] **51** 41

flash [flăsh] **100** 7

flashlight [flăsh′ līt′] **35** 3

flask [flăsk] **78** 2

(flat) sheet [flăt′ shēt′] **32** 19

flatbed [flăt′ bĕd′] **49** 18

flight attendant [flīt′ ə tĕn′ dənt] **56** 20

flight deck [flīt′ dĕk′] **75** 10

flight engineer [flīt′ ĕn jə nïr′] **56** 17

flipper [flĭp′ ər] **68** 12a

flippers [flĭp′ ərz] **91** 36

floor [flör] **32** 29

Florida [flör′ ə də] **72** 9

florist [flör′ ĭst] **84** 11

flounder [flown′ dər] **65** 7

flowers [flow′ ərz] **60**

flute [flōōt] **99** 13

fly [flī] **63** 18

flying mammal [flī′ ĭng mă′ məlz] **66**

foal [fōl] **67** 22

foggy [fŏg′ ē] **25** 12

fold [fōld] **38** 1

food [fōōd] **6-18**

foot [fōōt] **5**

football [fōōt′ böl′] **92, 92** 13

football field [fōōt′ böl fēld′] **93**

forceps [för′ səps] **78** 28

forearm [för′ ärm′] **4** 9

forehead [för′ hĕd′] **4** 32

forelegs [för′ lĕgz′] **66** 3d

foreman [för′ mən] **85** 13

fork [förk] **29** 12

forklift [förk′ lĭft′] **58** 4

foul line [fowl′ līn′] **93** 9

foundation [fown dā′ shən] **82** 11

four-door hatchback [för′ dör hăch′ băk] **51**

fox [fŏks] **68** 6

fractions [frăk′ shənz] **79**

frame [frām] **28** 4

frame backpack [frām′ băk′ păk] **89** 28

freezer [frē′ zər] **14** 3, **30** 20

freezing [frē′ zĭng] **25** 11

french fries [frĕnch′ frīz′] **18** 28

French horn [frĕnch′ hörn′] **98** 26

fried chicken [frīd′ chĭk′ ən] **18** 29

Frisbee™ [frĭz′ bē] **90** 13

frog [frŏg] **65** 17

from [frŭm] **103** 10

front bumper [frŭnt′ bŭm′ pər] **51** 51

frozen foods [frō′zən fōōdz′] **14** 2

fruit and vegetable market [frōōt′ ənd vĕj′ tə bəl mär′ kət] **45** 28

fruit tree [frōōt′ trē′] **81** 2

fruits [frōōts] **8**

fry [frī] **31** 15

frying pan [frī′ ĭng păn′] **30** 5

fuel truck [fyōō′ əl trŭk′] **49** 3

full moon [fōōl′ mōōn′] **74** 24

full slip [fōōl′ slĭp′] **22** 10

fullback [fōōl′ băk′] **93** 34

funnel [fŭn′ əl] **78** 17

fuselage [fyōō′ sə lŏj′] **57** 14

galaxy [găl′ək sē] **74** 1

Ganges River [găn′ jēz rĭv′ər] **71** 67

gangway [găng′ wā′] **58** 20

garage [gə rŏj′] **27** 2

garbage can [gär′ bĭj kăn′] **35** 31

garbage truck [gär′ bĭj trŭk′] **49** 6

garden hose [gär′ dən hōs′] **27** 14

gardener [gärd′ nər] **85** 3

gardenia [gär dēn′ yə] **60** 14

garlic [gär′ lĭk] **7** 25

garment bag [gär′ mənt băg′] **56** 1

garter belt [gär′ tər bĕlt′] **22** 14

(garter) snake [gär′ tər snāk′] **65** 9

gas gauge [găs′ gāj′] **50** 9

gas pump [găs′ pŭmp′] **53** 14

gas tank [găs′ tănk′] **50** 34

gas(oline) [găs′ ə lēn′] **80** 28

(gauze) bandage [göz′ băn′ dĭj] **39** 24

gauze pads [göz′ pădz′] **39** 25

gavel [găv′ əl] **43** 12

gear [gïr] **89** 27

gear changer [gïr′ chān′ jər] **52** 22

gearshift [gïr′ shĭft′] **50** 17

geometrical figures [jē′ ə mĕ′ trĭ kəl fĭg′ yərz] **79**

Georgia [jör′ jə] **72** 10

geyser [gī′ zər] **80** 5

gibbon [gĭb′ ən] **69** 15

gill [gĭl] **65** 3c

giraffe [jə răf′] **67** 29

girdle [gür′ dəl] **22** 15

girl [gürl] **2** 9

girl's frame [gürlz′ frām′] **52** 3

give [gĭv] **17** 9

glass [glăs] **12** 20

glasses [glăs′ əz] **21** 44

glider [glī′ dər] **57** 4

globe [glōb] **47** 19

glove [glŭv] **92** 12, **94** 11, **94** 15

glove compartment [glŭv′ kəm pärt′ mənt] **50** 20

gloves [glŭvz] **19** 1

glue [glōō] **37** 33, **76** 17

goal [gōl] **92** 25

goalie [gōl′ ē] **92** 24

goalpost [gōl′ pōst′] **93** 35

goat [gōt] **67** 28

Gobi Desert [gō′ bē dĕz′ ərt] **71** 54

golf [gŏlf] **94**

golf bag [gŏlf′ băg′] **95** 7

golf ball [gŏlf′ böl′] **94** 7

golf cart [gŏlf′ kärt′] **95** 8

golf course [gŏlf′ körs′] **95**

golfer [gŏl′ fər] **94** 10

goose [gōōs] **64** 26

gooseberries [gōōs′ bër′ ēz] **8** 11

gopher [gō′ fər] **66** 8

gorilla [gə rĭl′ ə] **69** 17

graduated cylinder [grăj′ ōō ā tĭd sĭl′ ən dər] **78** 25

grains [grānz] **60**

granddaughter [grănd′ dö′ tər] **2** 11

grandfather [grănd′ fŏ′ dhər] **3** 2

grandmother [grănd′ mŭ′ dhər] **3** 1

grandparents [grănd pär′ ənts] **2** 10

grandson [grănd′ sŭn′] **2** 12

grapefruit [grăpʹ fro͞otʹ] **8** 7

grapes [grāps] **8** 1

graph paper [grăfʹ pāʹ pər] **78** 11

grass [grăs] **27** 15

grasses [grăsʹ əz] **60**

grasshopper [grăsʹ hŏpʹ ər] **63** 6

grate [grāt] **31** 2

Great Sandy Desert
 [grātʹ sănʹ dē dĕzʹ ərt] **71** 55

green [grēn] **95** 10

greengrocer [grēnʹ grōʹ sər] **84** 7

grill [grĭl] **27** 22, **88** 12

grizzly bear [grĭzʹ lē bërʹ] **69** 23

groceries [grōʹ sə rēz] **15** 24

ground beef [growndʹ bēfʹ] **10** 2

grounding plug [grownʹ dĭng plŭgʹ]
 36 7

guitar [gĭ tärʹ] **98** 11

Gulf of Alaska [gŭlfʹ əv ə lăsʹkə]
 70 17

Gulf of Guinea [gŭlfʹ əv gĭnʹ ē] **70** 25

Gulf of Mexico [gŭlfʹ əv mĕk sə kō]
 70 19

gulfs [gŭlfs] **70**

gun [gŭn] **43** 7

gun turret [gŭnʹ türʹ ət] **48** 12

gutter [gŭtʹ ər] **27** 10, **94** 3

gymnast [jĭmʹ nəst] **94** 23

gymnastics [jĭm năsʹ tĭks] **94**

hacksaw [hăkʹ söʹ] **36** 18

hair [hër] **4** 30

hair dryer [hërʹ drīʹ ər] **34** 26

hairbrush [hërʹ brŭshʹ] **32** 7

hairdresser [hërʹ drĕsʹ ər] **84** 10

half (1/2) [hăf] **79** 30

half slip [hăfʹ slĭpʹ] **22** 8

halfback [hăfʹ băkʹ] **93** 33

hall [höl] **76** 12

ham [hăm] **10** 12

hamburger [hămʹbürʹ gər] **18** 9

hammer [hămʹ ər] **36** 13

hammock [hămʹ ək] **27** 11

hamper [hămʹ pər] **34** 28

hand [hănd] **4**

hand brake [hăndʹ brākʹ] **52** 24

hand grenade [hăndʹ grə nādʹ] **48** 29

hand towel [hăndʹ towʹ əl] **34** 23

hand truck [hăndʹ trŭkʹ] **87** 4

handball [hăndʹ bölʹ] **94**, **94** 12

handcuffs [hăndʹ kŭfsʹ] **43** 4

handicrafts [hănʹ dē krăftsʹ] **101**

handlebars [hănʹ dəl bärzʹ] **52** 2

hang [hăng] **38** 6

hang glider [hăngʹ glīʹ dər] **57** 6

hangar [hăngʹ ər] **57** 17

hanger [hăngʹ ər] **32** 2

hard hat [härdʹ hătʹ] **21** 28, **82** 4

harmonica [här mŏnʹ ə kə] **98** 30

harness [härʹ nəs] **89** 22

harp [härp] **98** 6

hat [hăt] **19** 18

hatchback [hăchʹ băkʹ] **51** 43

hatchet [hăchʹ ət] **36** 17

Hawaii [hə wŏʹ ē] **72** 11

hawk [hök] **64** 7

hay [hā] **81** 13

hazelnut(s) [hāʹ zəl nŭt(s)ʹ] **9** 30

head [hĕd] **4**, **37** 42a

(head of) cauliflower
 [hĕdʹ əv köl ə flowʹ ər] **6** 1

head protector [hĕd prə tĕkʹ tər] **94** 14

headache [hĕdʹ ākʹ] **40** 6

headboard [hĕdʹ bördʹ] **32** 14

headlights [hĕdʹ lītsʹ] **51** 48

headphones [hĕdʹ fōnzʹ] **100** 29

headrest [hĕdʹ rĕstʹ] **50** 35

headset [hĕdʹ sĕtʹ] **83** 2

heart [härt] **5** 64

heat [hēt] **80** 27

heating pad [hēʹ tĭng,pădʹ] **41** 3

hedge clippers [hĕjʹ klĭpʹ ərz] **27** 29

heel [hēl] **5** 50, **20** 5

heels [hēlz] **20** 25·

height [hīt] **79** 34

helicopter [hĕlʹə kŏpʹ tər] **57** 2

helmet [hĕlʹ mət] **42** 12, **52** 7, **92** 14

hem [hĕm] **101** 11

hem binding [hĕmʹ bīnʹ dĭng] **101** 12

herb(s) [ürb(z)] **6** 9

(herd of) cattle [hürdʹ əv kătʹ əl] **81** 20

high [hī] **24** 11

high blood pressure [hīʹ blŭd prĕshʹ ər]
 40 10

high chair [hīʹ chërʹ] **16** 8

high heels [hīʹ hēlzʹ] **20** 25

highway travel [hīʹ wā trăvʹ əl] **53**

hikers [hīʹ kərz] **88** 2

hiking boots [hīʹ kĭng bo͞otsʹ] **19** 9

hill [hĭl] **88** 4

Himalayas [hĭmʹ ə lāʹ əz] **70** 47

hind legs [hīnd lĕgzʹ] **66** 3b

hip [hĭp] **4** 16

hippopotamus [hĭpʹ ə pŏtʹə məs]
 66 14

hit [hĭt] **96** 1

hitchhiker [hĭchʹ hīʹ kər] **53** 9

hockey stick [hŏkʹ ē stĭkʹ] **92** 18

hog [hög] **66** 30

hold [hōld] **17** 12, **58** 8

hole [hōl] **94** 8

holly [hŏlʹ ē] **61** 37

holster [hōlʹ stər] **43** 8

home plate [hōmʹ plātʹ] **93** 15

honeydew melon
 [hŭnʹ ē do͞o mĕlʹ ən] **9** 35

hood [ho͝od] **51** 47

hoof [ho͝of] **66** 35b

hoofed mammals [ho͝oftʹ mămʹ əlz] **66**

hook [ho͝ok] **32** 1, **36** 16

hook and eye [ho͝okʹ ənd īʹ] **101** 14

horn [hörn] **50** 12, **52** 5, **66** 16a

horse [hörs] **66** 21

horse racing [hörsʹ rāʹ sĭng] **94**

horse-drawn carriage
 [hörsʹ drön kărʹ ĭj] **54** 33

horseback rider [hörsʹ băk rīʹ dər]
 87 6

horses [hörsʹ əz] **81** 23

hose [hōz] **42** 8, **50** 57

hot [hŏt] **25** 7

hot air balloon [hŏtʹ ër bə lo͞onʹ] **57** 1

hot dog [hŏtʹ dögʹ] **18** 2

hot water faucet [hŏtʹ wŏt ər föʹ sət]
 34 17

house plants [howsʹ plăntsʹ] **60** 39

household items [howsʹ hōld īʹ təmz]
 15 15

household services
 [howsʹ hōld sürʹ və səz] **85**

housekeeper [howsʹ kēʹ pər] **85** 8

houses [howʹ zəz] **27**

housework [howsʹ würkʹ] **38**

Huang River [hwöngʹ rivʹər] **71** 68

hubcap [hŭbʹ kăpʹ] **50** 36

Hudson Bay [hŭd/ sən bā/] **70** 18
human body [hyōō/ mən bŏd/ ē] **4**
hummingbird [hŭm/ ĭng bürd/] **64** 2
hump [hŭmp] **67** 33a
husband [hŭz/ bənd] **2** 3, **3** 12
hyacinth [hī/ ə sĭnth] **60** 10
hyena [hī ē/ nə] **68** 30
hypotenuse [hī pŏt/ ə nōōs/] **79** 24
ice cream cone [īs/ krēm cōn/] **18** 36
ice hockey [īs/ hŏk/ ē] **92**
ice pack [īs/ păk/] **41** 4
ice skates [īs/ skāts/] **19** 15
ice skating [īs/ skā/ tĭng] **94**
ice tray [īs/ trā/] **30** 21
icy [ī/ sē] **25** 16
Idaho [ī/ də hō/] **72** 12
ignition [ĭg nĭsh/ ən] **50** 14
iguana [ĭ gwŏ/ nə] **65** 13
Illinois [ĭl/ ə noy/] **72** 13
in [ĭn] **102** 7
in front of [ĭn frŭnt/ əv] **102** 6
in-box [ĭn/ bŏks] **83** 12
(index) finger [ĭn/ dĕks fĭng/ gər] **4** 25
Indian Ocean [ĭn/ dē ən ō/ shən/] **70** 13
Indiana [ĭn/ dē ăn/ ə] **72** 14
individual sports
   [ĭn/ də vĭj/ ōō əl spörts/] **94**
infection [ĭn fĕk/ shən] **40** 14
inflatable raft [ĭn flā/ tə bəl răft/] **59** 20
information desk
   [ĭn/ fər mā/ shən dĕsk/] **47** 22
injection [ĭn jĕk/ shən] **41** 8
injuries [ĭn/ jə rēz] **40**
insect bite [ĭn/ sĕkt bīt/] **40** 3
insects [ĭn/ sĕkts] **63**
instep [ĭn/ stĕp/] **5** 51
instruments [ĭn/ strə mənts]
   39 13, **56** 14, **98**
internal organs [ĭn tür/ nəl ör/ gənz] **5**
intersection [ĭn/ tər sĕk/ shən] **44** 11
interstate highway
   [ĭn/ tər stāt hī/ wā] **53** 1
intestines [ĭn tĕs/ tənz] **5** 67
into [ĭn/ tōō] **103** 12
Iowa [ī/ ə wə] **72** 15
iris [ī/ rəs] **5** 47, **60** 11
iron (n) [ī/ ərn] **35** 12
iron (v) [ī/ ərn] **38** 11

ironing board [ī/ ər nĭng börd/] **35** 13
jack [jăk] **32** 26b, **50** 38
jacket [jăk/ ət] **19** 17, **21** 33
jackhammer [jăk/ hăm/ ər] **82** 22
jail [jāl] **43** 1
janitor [jăn/ ə tər] **85** 9
jar [jär] **12** 9
jaw [jö] **4** 38
jeans [jēnz] **19** 6
jeep [jēp] **48** 9
jelly [jĕl/ ē] **18** 31
jellyfish [jĕl/ ē fĭsh/] **62** 12
jet engine [jĕt/ ĕn/ jən] **57** 11
jet fuel [jĕt/ fyōō əl] **80** 31
(jet) plane [jĕt/ plān/] **57** 18
jeweller [jōō/ ə lər] **84** 12
jewelry [jōō/ əl rē] **23**
jewelry box [jōō/ əl rē bŏks/] **32** 4
jigsaw [jĭg/ sö] **36** 3
jockey [jŏk/ ē] **94** 21
jogging path [jŏg/ ĭng păth/] **87** 9
judge [jŭj] **43** 10
jukebox [jōōk/ bŏks/] **16** 12
jump [jŭmp] **96** 8
jungle gym [jŭng/ əl jĭm/] **87** 17
Jupiter [jōō/ pə tər] **74** 15
jury [jōōr/ ē] **43** 21
jury box [joor/ ē bŏks/] **43** 20
kangaroo [kăng/ gə rōō/] **66** 3
Kansas [kăn/ zəs] **72** 16
Kara Sea [kär/ ə sē/] **70** 31
kayak [kī/ ăk] **59** 17
Kentucky [kĕn tŭk/· ē] **72** 17
ketchup [kĕch/ əp] ·**16** 4
kettledrum [kĕt/ əl drŭm/] **98** 21
keyboard [kē/ börd/] **98** 1a, **100** 33
keyboard player [kē/ börd plā/ ər] **99** 22
kickstand [kĭk/ stănd/] **52** 9
kidney [kĭd/ nē] **5** 70
kidney bean(s) [kĭd/ nē bēn(z)/] **6** 13
kitchen [kĭch/ ən] **30**
kite [kīt] **91** 22
kitten [kĭt/ ən] **68** 5
knee [nē] **4** 19
knee socks [nē/ sŏks/] **22** 16
knife [nīf] **29** 15
knitting [nĭt/ ĭng] **101** 22
knitting needle [nĭt/ ĭng nē/ dəl] **101** 25

knuckle [nŭk/ əl] **4** 22
koala [kō ŏl/ ə] **66** 1
label [lā/ bəl] **46** 21
lacrosse [lə krös/] **92**
lacrosse stick [lə krös/ stĭk/] **92** 16
ladder [lăd/ ər] **42** 1, **82** 8
ladybug [lā/ dē bŭg/] **63** 14
lamb [lăm] **10** 13, **67** 24
lamp [lămp] **28** 28
lampshade [lămp/ shād/] **28** 27
landing gear [lăn/ dĭng gĭr/] **57** 15
lane [lān] **94** 4
lantern [lăn/ tərn] **88** 29
lapel [lə pĕl/] **20** 1
Laptev Sea [lăp/ tĕv sē/] **70** 33
last quarter [lăst/ kwör/ tər] **74** 25
launchpad [lönch/ păd/] **75** 15
laundry [lön/ drē] **35** 28
laundry basket [lön/ drē băs/ kət] **35** 29
laundry detergent [lön/ drē də tür/ jənt]
   35 25
lawn mower [lön/ mō/ ər] **27** 12
lead guitarist [lēd/ gĭ tär/ ĭst] **99** 25
leaf [lēf] **60** 36a
leave [lēv] **77** 13
left fielder [lĕft/ fēl/ dər] **93** 1
left guard [lĕft/ gärd/] **93** 26
left lane [lĕft/ lān/] **53** 5
left tackle [lĕft/ tăk/ əl] **93** 25
leg [lĕg] **4** 17, **10** 14, **11** 20
(legal) pad [lē/ gəl păd/] **83** 26
lemon [lĕm/ ən] **8** 9
Lena River [lē/ nə rĭv/ ər] **71** 66
length [lĕngth] **79** 36
lens [lĕnz] **100** 6
leopard [lĕp/ ərd] **68** 1
letter [lĕt/ ər] **46** 7
letter carrier [lĕt/ ər kăr/ yər] **46** 3
lettuce [lĕt/ əs] **6** 6
level [lĕv/ əl] **82** 3
librarian [lī brër/ ē ən] **47** 23
library card [lī/ brër ē kärd/] **47** 3
library clerk [lī/ brër ē klürk/] **47** 1
license plate [lī/ səns plāt/] **50** 28
lid [lĭd] **30** 9
life jacket [līf/ jăk/ ət] **59** 1
life preserver [līf/ prə zür/ vər] **90** 9
lifeboat [līf/ bōt/] **58** 19, **90** 10

lifeguard [līf′gärd′] **90** 6
lifeguard chair [līf′gärd chër′] **90** 8
light (v) [līt] **17** 13
light (adj) [līt] **24** 9
light switch [līt′swĭch′] **32** 25
lightbulb [līt′bŭlb′] **35** 22
lighter [lī′tər] **16** 30
lighthouse [līt′hows′] **58** 14
lily [lĭl′ē] **60** 3
lima bean(s) [lī′mə bēn(z)′] **6** 16
lime [līm] **8** 10
line [līn] **58** 25
lines [līnz] **79**
linesman [līnz′mən] **82** 17
lion [lī′ən] **68** 3
lip [lĭp] **4** 43
lipstick [lĭp′stĭk′] **23** 29
liquor (bottle) [lĭk′ər bŏt′əl] **16** 22
listen [lĭs′ən] **77** 6
little finger [lĭt′əl fĭng′gər] **4** 28
little league baseball [lĭt′əl lēg bās′böl] **92**
Little Leaguer [lĭt′əl lēg′ər] **92** 8
little toe [lĭt′əl tō′] **5** 55
liver [lĭv′ər] **5** 65
livestock [līv′stŏk′] **81** 12
living quarters [lĭv′ĭng kwör′tərz] **75** 11
living room [lĭv′ĭng rōōm′] **28**
lizard [lĭz′ərd] **65** 15
llama [lŏm′ə] **66** 15
loaf [lōf] **12** 7
loafer [lō′fər] **21** 42
lobby [lŏb′ē] **44** 2
lobster [lŏb′stər] **11** 30, **62** 13
lock [lŏk] **52** 13
locker [lŏk′ər] **76** 6
locksmith [lŏk′smĭth′] **85** 4
log [lög] **28** 10
long [löng] **24** 2
long johns [löng′jŏnz′] **22** 7
long sleeve [löng′slēv′] **20** 15
loose [lōōs] **24** 4
(loose-leaf) paper [lōōs′lēf pā′pər] **76** 13
loudspeaker [lowd′spē′kər] **76** 3
Louisiana [lōō ē′zē ăn′ə] **72** 18
lounge chair [lownj′chër′] **27** 24

low [lō] **24** 12
lunar eclipse [lōō′nər ĭ klĭps′] **74** 6
lunar module [lōō′nər mŏj′ōōl] **75** 7
lunch box [lŭnch′bŏks′] **20** 31
lunch truck [lŭnch′trŭk′] **49** 8
lung [lŭng] **5** 63
machine gun [mə shēn′gŭn′] **48** 25
magazine [măg′ə zēn′] **47** 16
magnet [măg′nət] **78** 27
magnifying glass [măg′nə fī ĭng glăs′] **78** 15
magnolia [măg nōl′yə] **61** 29
mail [māl] **46** 2
mail slot [māl′slŏt′] **46** 13
mail truck [māl′trŭk′] **46** 5
mailbag [māl′băg′] **46** 4
mailbox [māl′bŏks′] **46** 1
Maine [mān] **72** 19
maintenance [mān′tə nəns] **85**
make (the bed) [māk′dhə bĕd′] **38** 8
makeup [māk′ŭp′] **23**
mallet [măl′ĭt] **36** 11
mammals [măm′əlz] **66-69**
man [măn] **2** 2
manager [măn′ĭ jər] **83** 18
mandolin [măn′də lĭn′] **98** 4
mane [mān] **66** 21a
mango [măng′gō] **8** 5
manhole [măn′hōl′] **45** 32
mantel [măn′təl] **28** 7
mantis [măn′tĭs] **63** 7
manual transmission [măn′yōō əl trănz mĭsh′ən] **50**
map [măp] **70**
maple [mā′pəl] **61** 38
marigold [măr′ə gōld′] **60** 6
marine [mə rēn′] **48** 18
Marines [mə rēnz′] **48** 17
Mars [märz] **74** 14
Maryland [mër′ə lənd] **72** 20
mascara [mă skăr′ə] **23** 28
mashed potatoes [măsht′pə tā tōz] **18** 17
mask [măsk] **91** 35
Massachusetts [măs′ə chōō′sĭts] **72** 21
mast [măst] **59** 8
mat [măt] **50** 22

matches [măch′əz] **16** 28
material [mə tïr′ē əl] **101** 4
math [măth] **79**
mattress [mă′trəs] **32** 17
measurement [mĕzh′ər mənt] **79**
meat [mēt] **10**
meatballs [mēt′bölz′] **18** 11
mechanic [mə kăn′ĭk] **84** 2
media [mē′dē ə] **86**
medical care [mĕd′ə kəl kër′] **39**
medicine [mĕd′ə sən] **41**
medicine chest [mĕd′ə sən chĕst′] **34** 14
medicine dropper [mĕd′ə sən drŏp′ər] **78** 26
Mediterranean Sea [mĕd′ĭ tə rā′nē ən sē′] **70** 24
melon [mĕl′ən] **9** 35
menu [mĕn′yōō] **16** 7
Mercury [mür′kyə rē] **74** 11
merry-go-round [mër′ē gō rownd′] **87** 5
message pad [mĕs′ĭj păd′] **83** 25
messenger [mĕs′ən jər] **86** 19
metal detector [mĕt′əl də tĕk′tər] **56** 10
meteor [mē′tē ər] **74** 5
meter [mē′tər] **55** 23
mezzanine [mĕz′ə nēn′] **99** 13
Michigan [mĭsh′ə gən] **72** 22
microfilm [mī′krə fĭlm′] **47** 13
microfilm reader [mī′krə fĭlm rē′dər] **47** 14
microscope [mī′krə skōp′] **78** 30
microwave oven [mī′krə wāv ŭv′ən] **30** 23
middle finger [mĭd′əl fĭng′gər] **4** 26
milk [mĭlk] **14** 5
Minicam™ [mĭn′ē kăm′] **100** 2
Minnesota [mĭn′ə sō′tə] **72** 23
mirror [mïr′ər] **32** 5
Mississippi [mĭs′ə sĭp′ē] **72** 24
Mississippi River [mĭs′ə sĭp′ē rĭv′ər] **71** 58
Missouri [mĭ zōōr′ē] **73** 25
mitt [mĭt] **27** 20
mittens [mĭt′ənz] **19** 11

mixed vegetables [mĭkst′ vĕj′ tə bəlz] **18** 16

mixing bowl [mĭk′ sĭng bōl′] **30** 24

mobile [mō′ bēl] **33** 2

model [mŏd′ əl] **86** 5

Mojave Desert [mō hŏv′ ē dĕz′ ərt] **71** 48

money [mŭn′ ē] **12**

money order [mŭn′ ē ör′ dər] **46** 18

monitor [mŏn′ ə tər] **100** 32

monkey [mŭng′ ke] **69** 14

monkey wrench [mŭng′ kē rĕnch′] **36** 12

monorail [mŏn′ ə rāl′] **55** 29

Montana [mŏn tăn′ ə] **73** 26

Moon [mo͞on] **74** 9

mooring [mo͝or′ ĭng] **59** 19

moose [mo͞os] **67** 35

mop [mŏp] **35** 6

(mop) refill [mŏp′ rē′ fĭl] **35** 11

mortar [mör′ tər] **48** 28

mosquito [mə ske′ tō] **63** 13

motel [mō tĕl′] **90** 3

moth [mŏth] **63** 21

mother [mŭdh′ ər] **3** 4

motor oil [mōt′ər oyl′] **80** 33

motor scooter [mōt′ ər sko͞o′ tər] **52** 29

motorboat [mōt′ ər bōt′] **59** 13

motorcycle [mōt′ər sī′ kəl] **52** 30, **53** 19

mountain [mown′ tən] **89** 19

mountain climbing [mown′ tən klīm′ ĭng] **89**

mountain ranges [mown′ tən rān′ jəz] **71**

mouse [mows] **66** 9

mousetrap [mows′ trăp′] **35** 32

mouth [mowth] **4** 2

mover [mo͞o′ vər] **49** 12

movie camera [mo͞o′ vē kăm′ ə rə] **100** 15

moving van [mo͞o′ vĭng văn′] **49** 11

mow [mō] **26** 6

mum [mŭm] **60** 4

muscle [mŭs′ əl] **5** 62

mushroom(s) [mŭsh′ ro͞om(z)] **7** 30

music [myo͞o′ zĭk] **99**

musical comedy [myo͞o′ zə kəl kŏm′ ə dē] **99**

musical instruments [myo͞o′ zə kəl ĭn′ strə mənts] **98**

musician [myo͞o zĭsh′ ən] **99** 10

mussel(s) [mŭs′ əl(z)] **11** 34, **62** 3

mustache [mŭs′ tăsh] **4** 40

mustard [mŭs′ tərd] **18** 1

nail [nāl] **37** 41

nail clippers [nāl′ klĭp′ ərz] **23** 31

nail polish [nāl′ pŏl′ ĭsh] **23** 25

nailbrush [nāl′ brŭsh′] **34** 20

napkin [năp′ kĭn] **29** 14

natural gas [năch′ ər əl găs′] **80** 29

Navy [nā′ vē] **48** 13

Nebraska [nə brăs′ kə] **73** 27

neck [nĕk] **4** 4

necklace [nĕk′ lĭs] **23** 6

nectarine [nĕk′ tə rēn′] **8** 17

needle [nē′ dəl] **39** 26, **60** 34a, **101** 18

needlecrafts [nē′ dəl krăfts′] **101**

needlepoint [nē′ dəl poynt′] **101** 26

neighborhood parks [nā′ bər ho͝od pärks′] **87**

nephew [nĕf′ yo͞o] **3** 13

Neptune [nĕp′ to͞on] **74** 18

nest [nĕst] **64** 31

net [nĕt] **92** 23

Nevada [nə văd′ ə] **73** 28

new [no͞o] **24** 13

New Hampshire [no͞o′ hămp′ shər] **72** 29

New Jersey [no͞o′ jür′ ze] **73** 30

New Mexico [no͞o′ mĕk′ sə kō] **73** 31

new moon [no͞o′ mo͞on′] **74** 26

New York [no͞o′ yörk′] **73** 32

newscaster [no͞oz′ kăs′ tər] **86** 2

newspaper [no͞oz′ pā′ pər] **21** 48

newsstand [no͞oz′ stănd′] **45** 30

next to [nĕkst′ to͞o] **102** 11

nickel [nĭk′ əl] **13** 28

niece [nēs] **3** 14

Niger River [nī′ jər rĭv′ ər] **71** 61

night table [nīt′ tā′ bəl] **32** 27

nightgown [nīt′ gown′] **22** 21

nightstick [nīt′ stĭk′] **43** 9

Nile River [nīl′ rĭv′ ər] **71** 63

nipple [nĭp′ əl] **33** 18

north [nörth] **71** 71

North America [nörth′ə mĕr′ ə kə] **70** 1

North Atlantic [nörth′ ăt lăn′ tĭk] **70** 11

North Carolina [nörth′ kăr ə lī′ nə] **73** 33

North Dakota [nörth′ də kō′ tə] **73** 34

North Pacific [nörth′ pə sĭf′ ĭk] **70** 9

North Sea [nörth′ sē′] **70** 21

nose [nōz] **4** 36, **57** 8

nostril [nŏs′ trĭl] **4** 37

nozzle [nŏz′ əl] **42** 17

nuclear reactor [no͞o′ klē ər rē ăk′ tər] **80** 13

nurse [nürs] **39** 19

nut [nŭt] **37** 39

nuts [nŭts] **9**

oak [ōk] **61** 33

oar [ör] **59** 22

oarlock [ör′ lŏk′] **59** 21

oats [ōts] **60** 23

Ob River [ŏb′ rĭv′ ər] **71** 64

oboe [ō′ bō] **98** 15

obtuse angle [ŏb to͞os′ ăng′ gəl] **79** 5

occupations [ŏk′ yə pā′ shənz] **84-86**

ocean liner [ō′ shən lī′ nər] **58** 27

oceans [ō′ shənz] **70**

octopus [ŏk′ tə pəs] **62** 6

office [ö′ fĭs] **83**

office building [ö′ fĭs bĭl′ dĭng] **44** 1

officer [ö′ fĭ sər] **86** 13

Ohio [ō hī′ ō] **73** 35

oil [oyl] **38** 12

oil well [oyl′ wĕl′] **80** 1

ointment [oynt′ mənt] **41** 9

Oklahoma [ō′ klə hō′ mə] **73** 36

old [ōld] **24** 14

on [ŏn] **102** 5

on top of [ŏn tŏp′ əv] **102** 10

onion(s) [ŭn′ yən(z)] **7** 31

open [ō′ pən] **24** 15, **31** 3

optician [ŏp tĭsh′ ən] **84** 9

oral hygienist [ör′ əl hī jē′ nĭst] **39** 14

orange [ör′ ĭnj] **8** 8

orangutan [ə răng′ ə tăn′] **69** 18

orbit [ör′ bĭt] **74** 21

orchard [ör′ chərd] **81** 1

orchestra [ör′ kə strə] **99** 6

orchestra seating [ör′ kə strə sēt′ ĭng] **99** 12

orchid [ör′ kĭd] **60** 12

order [ör′ dər] **17** 5

Oregon [ör′ ə gən] **73** 37

organ [ör′ gən] **98** 29

ostrich [ŏs′ trĭch] **64** 12

otter [ŏt′ ər] **68** 10

out of [owt′ əv] **103** 7

outboard motor [owt′ börd mō′ tər] **59** 12

outer space [owt′ ər spās′] **74**

outlet [owt′ lət] **36** 6

oval [ō′ vəl] **79** 18

oven [ŭv′ ən] **30** 32

over [ō′ vər] **103** 8

overalls [ō′ vər ölz′] **21** 30

overcoat [ō′ vər kōt′] **19** 20

overhead projector [ō′ vər hĕd prə jĕk′ tər] **76** 27

overpass [ō′ vər păs′] **53** 3

owl [owl] **64** 6

oyster(s) [oy′ stər(z)] **11** 33, **62** 2

pacifier [păs′ ə fī′ ər] **33** 22

pack [păk] **13** 16

package [păk′ ĭj] **12** 4, **46** 19

pad [păd] **83** 26

paddle [păd′ əl] **59** 3, **94** 18

pail [pāl] **90** 16

paint (v) [pānt] **26** 1

paint (n) [pānt] **37** 31

paintbrush [pānt′ brŭsh′] **37** 30

Painted Desert [pān′ təd dez′ ərt] **71** 49

painter [pān′ tər] **85** 7

painting [pān′ tĭng] **28** 5

(pair of) scissors [për′ əv sĭz′ ərz] **101** 17

pajamas [pə jŏm′ əz] **22** 19

palm [pŏm] **4** 29, **61** 26

pan [păn] **37** 28

pancakes [păn′ kāks′] **18** 5

pancreas [pang′ krē əs] **5** 71

panda [păn də] **69** 20

panel truck [păn′ əl trŭk′] **49** 9

pansy [păn′ zē] **60** 2

panties [păn′ tēz] **22** 11

pants [pănts] **21** 27

pantyhose [păn′ tē hōz′] **22** 5

papaya [pə pī′ yə] **8** 6

paper [pā′ pər] **76** 13

paper clips [pā′ pər klĭps′] **83** 28

paper towels [pā′ pər tow′əlz] **35** 23

parachute [păr′ ə shōōt′] **48** 6

parakeet [păr′ ə kēt] **64** 15

parallel lines [păr′ ə lĕl līnz′] **79** 4

paramedic [păr′ ə mĕd′ ĭk] **42** 7

Parana River [păr′ ə nŏ′ rĭv′ ər] **71** 60

parents [păr′ ənts] **2** 6

park [pärk] **87**

park ranger [pärk′ rān′ jər] **88** 5

parka [pär′ kə] **19** 8

parking lights [pär′ kĭng līts′] **51** 49

parking garage [pär′ kĭng gə rŏj′] **45** 19

parking meter [pär′ kĭng mē′ tər] **45** 20

parrot [păr′ ət] **64** 16

part [pärt] **4** 31

pass [păs] **96** 5

passenger [păs′ ĭn jər] **55** 25

passenger car [păs′ ĭn jər kär′] **53** 15

pasture [păs′ chər] **81** 6

patient [pā ′shənt] **39** 20

patio [păt′ ē ō′] **27** 17

pattern [păt ′ ərn] **101** 7

pattern piece [păt′ ərn pēs′] **101** 6

paw [pö] **69** 29a

pay [pā] **17** 7

pea(s) [pē(z)] **6** 17

peach [pēch] **9** 37

peacock [pē′ kŏk′] **64** 18

peak [pēk] **89** 20

peanut(s) [pē′ nŭt(s)′] **9** 28

pear [për] **8** 18

pedal [pĕd′ əl] **39** 18, **52** 19

pedestrian [pə dĕs′ trē ən] **44** 12

peel (n) [pēl] **9** 20a

peel (v) [pēl] **31** 5

pegboard [pĕg′ börd′] **36** 15

pelican [pĕl′ ə kən] **64** 24

pencil [pĕn′ səl] **76** 24

pencil eraser [pĕn′ səl ə rā′ sər] **76** 21

pencil sharpener [pĕn′ səl shär′ pə nər] **76** 20, **83** 30

Pennsylvania [pĕn səl vān′ yə] **73** 38

penny [pĕn′ ē] **13** 27

penguin [pĕn′ gwĭn] **64** 27

people [pē′ pəl] **2**

pepper shaker [pĕp′ ər shā′ kər] **29** 9

pepper(s) [pĕp′ ər(z)] **7** 22

percussion [pər kŭsh′ ən] **98**

perfume [pür′ fyōōm] **23** 27

periodicals section [pïr′ ē ŏd′ ə kəlz sĕk′ shən] **47** 15

periscope [për′ə skōp′] **48** 8

perpendicular lines [pür′ pən dĭk′ yə lər līnz′] **79** 2

Persian Gulf [pür′ zhən gŭlf ′] **70** 28

personal computer (PC) [pür′ sə nəl kŭm pyōō′ tər]/ [pē′ sē′] **100** 31

personnel [pür ′ sə nĕl′] **48**

petal [pĕt′ əl] **60** 18b

petri dish [pĕt′ rē dĭsh′] **78** 3

petunia [pə tōōn′ yə] **60** 7

pharmacist [fär′ mə sĭst] **84** 1

phases of the moon [fā′ zəz əv dhə mōōn′] **74**

pheasant [fĕz′ ənt] **64** 19

Phillips screwdriver [fĭl′ ĭps skrōō′ drī vər] **37** 25

phone [fōn] **32** 26

photocopier [fō′ tə kŏp′ ē ər] **83** 24

photocopy machine [fō tə kŏp ē mə shēn′] **47** 18

photographer [fə tŏg′ rə fər] **86** 4

photography [fə tŏg′ rə fē] **100**

piano [pē ăn′ ō] **98** 1

piccolo [pĭk′ ə lō′] **98** 12

pick (v) [pĭk] **26** 7

pick (n) [pĭk] **98** 11a

pickup truck [pĭk′ ŭp trŭk′] **49** 4

pickax [pĭk′ ăks′] **82** 13

pickle [pĭk′ əl] **18** 8

picnic area [pĭk′nĭk ër′ ē ə] **88**

picnic basket [pĭk′ nĭk băs′ kət] **88** 13

picnic table [pĭk′ nĭk tā′ bəl] **88** 15

piece [pēs] **12** 22

pier [pïr] **58** 3

pierced earring [pïrst′ ïr′ ĭng] **23** 16

pigeon [pĭj′ ən] **64** 1

pill [pĭl] **41** 7

pillow [pĭl′ ō] **32** 16

pillowcase [pĭl′ ō kās′] **32** 15

pilot [pī′lət] **56** 15

pin [pĭn] **23** 8, **94** 5, **101** 20

pincushion [pĭn′kŏosh′ən] **101** 3

pine [pīn] **60** 34

pineapple [pīn′ăp′əl] **8** 4

ping-pong [pĭng′pŏng′] **94**

ping-pong ball [pĭng′pŏng böl′] **94** 19

pinking shears [pĭng′kĭng shïrz′]
    101 5

pipe [pīp] **16** 26, **35** 18

pipette [pī pĕt′] **78** 14

pit [pĭt] **8** 37a

pitcher [pĭch′ər] **29** 4, **93** 12

pitcher's mound [pĭch′ərz mownd′]
    93 11

pitchfork [pĭch′förk′] **81** 14

pizza [pēt′sə] **18** 30

plaid [plăd] **24** 22

plane [plān] **57** 18

planets [plăn′əts] **74**

plant (v) [plănt] **26** 4

plants (n) [plănts] **60**

plate [plāt] **29** 13

plateau [plă tō′] **88** 1

platform [plăt′förm′] **54** 11

playground [plā′grownd′] **87** 15

playpen [plā′pĕn′] **33** 30

pleasure boating [plĕzh′ər bō′tĭng] **59**

pliers [plī′ərz] **36** 19

plug [plŭg] **37** 43d

plum [plŭm] **9** 34

plumber [plŭm′ər] **85** 1

plunger [plŭn′jər] **35** 14

Pluto [ploo′tō] **74** 19

pocket [pŏk′ət] **21** 41

pod [pŏd] **6** 17a

podium [pō′dē əm] **99** 7

poinsettia [poyn sĕt′ē ə] **60** 15

poison ivy [poy′zən ī′vē] **61** 45

poison oak [poy′zən ōk′] **61** 43

poison sumac [poy′zən soo′măk]
    61 44

poisonous plants [poy′zə nəs plănts′]
    61

polar bear [pōl′ər bër′] **69** 22

pole [pōl] **94** 34, **95** 14

police officer [pə lēs′ öf′ə sər] **43** 6

police station [pə lēs′ stā′shən] **43**

polish [pŏl′ĭsh] **38** 3

polka dot [pō′kə dŏt′] **24** 19

pond [pŏnd] **87** 8

pony [pō′nē] **67** 20

poplar [pŏp′lər] **61** 30

porch [pörch] **27** 6

porcupine [pör′kyə pīn′] **66** 11

pork [pörk] **10** 6

pork chops [pörk′chŏps′] **18** 15

port [pört] **58**

porter [pör′tər] **56** 5

porthole [pört′hōl′] **58** 21

post [pōst] **23** 18

post office [pōst′ öf′ĭs] **44** 9, **46**

postal worker [pōs′təl wür′kər] **46** 14

postcard [pōst′kärd′] **46** 17

postmark [pōst′märk′] **46** 9

pot [pŏt] **30** 13

pot holder [pŏt′hōl′dər] **30** 34

potato chips [pə tā′tō chĭps′] **18** 4

potato(es) [pə tā′tō(z)] **7** 23

potty [pŏt′ē] **33** 33

pouch [powch] **66** 3c

pouched mammals [powcht′măm′əlz]
    66

poultry [pōl′trē] **10**

pour [pör] **31** 4

power lines [pow′ər līnz′] **80** 24

power sander [pow′ər săn′dər] **37** 26

power saw [pow′ər sö′] **27** 25

power station [pow′ər stā′shən] **80** 20

prepositions [prep′ə zǐ′shənz]
    102, 103

primates [prī′māts] **69**

print [prĭnt] **24** 21

printer [prĭn′tər] **83** 4

printout [prĭnt′owt′] **83** 8

prints [prĭnts] **100** 11

prism [prĭz′əm] **78** 1

private jet [prī′vət jĕt′] **57** 3

produce [prŏd′oos] **14** 9

programs [prō′grămz] **99** 17

projector [prə jĕk′tər] **100** 16

propane gas [prō′pān găs′] **80** 30

propeller plane [prə pĕl′ər plān′] **57** 7

prosecuting attorney
    [prŏ′sə kyoo tĭng ə tür′nē] **43** 17

prune [proon] **9** 22

public library [pŭb′lĭk lī′brër ē] **47**

public transportation
    [pŭb′lĭk trăns pər tā′shən] **54**

public telephone [pŭb′lĭk tĕl′ə fōn]
    44 7

puck [pŭk] **92** 17

pump [pŭmp] **13** 14, **52** 21

pumpkin [pŭmp′kĭn] **7** 26

punishment [pŭn′ĭsh mənt] **43**

pupil [pyoo′pəl] **5** 48

puppy [pŭp′ē] **69** 27

purse [pürs] **20** 23

push [pŏosh] **26** 12

putter [pŭt′ər] **94** 9

puzzle [pŭz′əl] **33** 31

pyramid [pïr′ə mĭd′] **79** 25

quantities [kwŏn′tə tēz] **12**

quarter [kwör′tər] **11** 18, **13** 30,
    79 31

quarterback [kwör′tər băk′] **93** 32

quill [kwĭl] **66** 11a

quilting [kwĭl′tĭng] **101** 32

rabbit [răb′ĭt] **66** 13

raccoon [ră koon′] **68** 7

race track [rās′trăk′] **95**

(racing) handlebars
    [rā′sĭng hăn′dəl bärz] **52** 2

rack [răk] **47** 17, **78** 8

racket [răk′ĭt] **94** 2

racquet [răk′ĭt] **94** 29

racquetball [răk′ĭt böl′] **94** 30

radiator [rā′dē āt′ər] **51** 56

radio [rā′dē ō′] **50** 18

radish(es) [răd′ĭsh (əz)] **7** 29

radius [rā′dē əs] **79** 14

raft [răft] **89** 16

rafters [răf′tərz] **82** 1

rafting [răf′tĭng] **89**

rags [răgz] **35** 4

rain boots [rān′boots′] **19** 25

raincoat [rān′kōt′] **21** 38

rainy [rān′ē] **25** 1

raise (one's hand) [rāz′wŭnz hănd′]
    77 1

raisin(s) [rā′zən(z)] **9** 24

rake (v) [rāk] **26** 10

rake (n) [rāk] **27** 30

ranch [rănch] **81**

ranch house [rănch′ hows′] **27**

ranching [rănch′ ĭng] **81**

rapids [răp′ ĭdz] **89** 17

rash [răsh] **40** 1

raspberries [răz′ bër′ ēz] **8** 16

rat [răt] **66** 7

rattle [răt′ əl] **33** 21

rattlesnake [răt′ əl snāk′] **65** 10

razor [rā′ zər] **23** 20

razor blades [rā′ zər blādz′] **23** 23

read [rēd] **77** 4

real estate agent [rēl′ ə stāt ā′ jənt] **85** 5

rear bumper [rïr′ bŭm′ pər] **50** 42

rearview mirror [rïr′ vyoo mïr′ ər] **50** 7

receipt [rə sēt′] **15** 20, **55** 24

receiver [rə sē′ vər] **100** 21

receptionist [rə sĕp′ shə nəst] **86** 17

recliner [rə klī′ nər] **28** 16

records [rĕk′ ərdz] **100** 23

rectangle [rĕk′ tăng′ gəl] **79** 19

Red Sea [rĕd′ sē′] **70** 29

redwood [rĕd′ wood′] **61** 25

(reel of) film [rēl′ əv fĭlm′] **100** 17

referee [rĕf′ ə rē′] **93** 22, **94** 16

reference section [rĕf′ ə rəns sĕk′ shən] **47** 21

(reference) librarian [rĕf′ ə rəns lī brër′ e ən] **47** 23

refill [rē′ fĭl′] **35** 11

refinery [rə fī′ nə rē] **80** 12

reflector [rə flĕk′ tər] **52** 25

refreshment stand [rə frĕsh′ mənt stănd′] **90** 2

refrigerator [rə frĭj′ ə rā′ tər] **30** 19

reins [rānz] **94** 22

relationships [rə lā′ shən ships′] **2**

remedies [rĕm′ ə dēz] **41**

remote control [rə mōt′ kən trōl′] **28** 17

repair [rə për′] **38** 10

repairperson [rə për′ pür′ sən] **84** 5

reporter [rə pör′ tər] **86** 11

reptiles [rĕp′ tĭlz] **65**

rescue [rĕs′ kyoo] **42**

restaurant [rĕs′ tə rənt] **16**

retriever [rə trē′ vər] **69** 26

return address [rə türn′ ă drĕs′] **46** 8

rhinoceros [rī nŏs′ ə rəs] **66** 16

Rhode Island [rōd′ ī′ lənd] **73** 39

rice [rīs] **60** 21

ride [rīd] **97** 13

rider [rī′ dər] **54** 6

rifle [rī′ fəl] **48** 21

right angle [rīt′ ăng′ gəl] **79** 23

right fielder [rīt′ fēl′ dər] **93** 3

right guard [rīt′ gärd′] **93** 28

right lane [rīt′ lān′] **53** 7

right tackle [rīt′ tăk′ əl] **93** 29

right triangle [rīt′ trī′ ăng gəl] **79** 22

rind [rīnd] **8** 8b

ring(s) [rĭng(z)] **23** 2, **74** 16a, **94** 17

ring binder [rĭng′ bīn′ dər] **76** 14

ring finger [rĭng′ fĭng′ gər] **4** 27

ring stand [rĭng′ stănd′] **78** 19

rink [rĭngk] **94** 25

Rio Grande River [rē′ ō grănd′ rĭv′ ər] **71** 57

rivers [riv′ ərz] **71**

road sign [rōd′ sīn′] **53** 23

road work [rōd′ würk′] **82**

roadrunner [rōd′ rŭn′ ər] **64** 32

roast [rōst] **10** 3, **10** 8

roasting pan [rōs′ tĭng păn′] **30** 17

robes [rōbz] **43** 11

robin [rŏb′ in] **64** 9

rock group [rŏk′ groop′] **99**

rocket [rŏk′ ət] **75** 13

rocking chair [rŏk′ ĭng chër′] **33** 16

rocks [rŏks] **88** 11

Rocky Mountains [rŏk′ ē mown′ tənz] **71** 40

rodents [rō′ dənts] **66**

roll [rōl] **12** 11, **18** 19

(roll of) film [rōl′ əv fĭlm′] **100** 10

roller [rōl′ ər] **37** 29

rolling pin [rōl′ ĭng pĭn′] **30** 25

rolodex [rōl′ ə dĕks′] **83** 14

roof [roof] **27** 4

rooster [roo′ stər] **64** 21

root [root] **60** 35d

rope [rōp] **89** 23

rose [rōz] **60** 18

rotor [rō′ tər] **57** 2a

rough [rŭf] **95** 6

router [row′ tər] **37** 37

row [rō] **47** 11, **81** 18

rowboat [rō′ bōt′] **59** 23

Rub′ al Khali Desert [roob′ ăl kŏl′ ē ə dĕz′ ərt] **71** 52

rubber tubing [rŭb′ ər toob′ ĭng] **78** 18

rudder [rŭd′ ər] **59** 5

rug [rŭg] **32** 28

ruler [roo′ lər] **76** 23

run [rŭn] **96** 6

rung [rŭng] **82** 9

runner [rŭn′ ər] **91** 23, **94** 31

runway [rŭn′ wā′] **57** 19

saddle [săd′ əl] **94** 20

safety glasses [sāf′ tē glăs′ əz] **78** 12

safety goggles [sāf′ tē gŏg′ əlz] **94** 28

safety pin [sāf′ tē pĭn′] **33** 11

Sahara Desert [sə hër′ ə dĕz′ ərt] **71** 51

sail [sāl] **59** 9

sailboard [sāl′ börd′] **59** 15

sailboat [sāl′ bōt′] **59** 4

sailor [sāl′ ər] **48** 14

salad bowl [săl′ əd bōl′] **29** 25

salad dressing [săl′ əd drĕs′ ĭng] **18** 12

salamander [săl′ ə măn′ dər] **65** 14

salesperson [sālz′ pür′ sən] **86** 12

salt shaker [sölt′ shā′ kər] **29** 10

sand (v) [sănd] **26** 14

sand (n) [sănd] **90** 31

sand dunes [sănd′ doonz′] **90** 12

sand trap [sănd′ trăp′] **95** 11

sandal [săn′ dəl] **20** 19

sandbox [sănd′ bŏks′] **87** 13

sandcastle [sănd′ kăs′ əl] **91** 32

sandpaper [sănd′ pā′ pər] **37** 27

sandwich [sănd′ wĭch] **16** 16

sanitation worker [săn ə tā′ shən wür′ kər] **49** 7

Saturn [săt′ ərn] **74** 16

saucepan [sös′ păn′] **30** 8

saucer [sö′ sər] **29** 21

sausage [sö′ sĭj] **10** 7

saw [sö] **36** 8

saxophone [săk′ sə fōn′] **98** 24

scaffolding [skăf′ əl dĭng] **82** 7

scale [skāl] **14** 7, **34** 32, **78** 4

scallop(s) [skăl′ əp(s)] **11** 35, **62** 10

scarecrow [skĕr′ krō′] **81** 19

scarf [skärf] **19** 19

scenery [sē′ nə rē] **99** 2

school [skŏŏl] **76, 77**

science lab [sī′ əns lăb′] **78**

scissors [sĭz′ərz] **101** 17

scoreboard [skōr′ bōrd′] **93** 19

scorpion [skōr′ pē ən] **63** 8

scouring pad [skowr′ ĭng păd′] **30** 11

scrape [skrāp] **26** 15

scraper [skrāp′ ər] **36** 14

screen [skrēn] **27** 19, **100** 14

screw [skrŏŏ] **37** 42

screwdriver [skrŏŏ′ drī′ vər] **37** 24

scrub [skrŭb] **38** 2

scuba tank [skŏŏ′ bə tăngk′] **91** 37

sea gull [sē′ gŭl′] **64** 4

sea horse [sē′ hörs′] **65** 1

Sea of Japan [sē′ əv jə păn′] **70** 36

Sea of Okhotsk [sē′əv ō kŏtsk′] **70** 35

seafood [sē′ fŏŏd′] **10**

seal [sēl] **68** 12

seam [sēm] **101** 10

seas [sēz] **70**

seat [sēt] **52** 16, **54** 2

seat belt [sēt′ bĕlt′] **50** 23

second baseman [sĕk′ ənd bās′ mən] **93** 7

secretary [sĕk′ rə tër′ ē] **83** 11

section [sĕk′ shən] **8** 8a, **79** 15

security [sə kyŏŏr′ ə tē] **56**

security guard [sə kyŏŏr′ ə tē gärd′] **56** 9, **86** 14

sedan [sə dăn′] **51**

seed [sēd] **8** 8c

seesaw [sē′ sö′] **87** 18

serve [sürv] **17** 3, **96** 2

service area [sür′ vəs ër′ ē ə] **53** 11

sevice court [sür′ vəs kört′] **95** 1

service line [sür′ vəs līn′] **95** 3

set (the table) [sĕt′ dhə tā′ bəl] **17** 8

sewing [sō′ ĭng] **101**

sewing machine [sō′ ĭng mə shēn′] **101** 1

shade [shād] **33** 1

shaft [shăft] **80** 10

shampoo [shăm pŏŏ′] **34** 8

shank [shănk] **37** 43b

shark [shärk] **65** 5

shaving cream [shā′ vĭng krēm′] **23** 22

sheep [shēp] **67** 25, **81** 10

sheet [shēt] **32** 19

sheet music [shēt′ myŏŏ′ zĭk] **98** 2

shelf [shĕlf] **14** 6, **47** 26

shell [shĕl] **48** 27, **62** 1a, **65** 18a, **90** 40

shellfish [shĕl′ fĭsh′] **11**

shepherd [shĕp′ ərd] **69** 28

shingle [shĭng′ gəl] **82** 2

ship [shĭp] **58** 9

shirt [shürt] **21** 46

shock absorbers [shŏk′ əb zör′ bərz] **52** 31

shoe [shŏŏ] **21** 49

shoelace [shŏŏ′ lās′] **20** 7

shoot [shŏŏt] **97** 16

shop worker [shŏp′ wür′ kər] **85** 12

shopping bag [shŏp′ ĭng băg′] **20** 18

shopping basket [shŏp′ ĭng băs′ kət] **14** 8

shopping cart [shŏp′ ĭng kärt′] **15** 19

short [shört] **24** 1

short sleeve [shört′ slēv′] **20** 21

shorts [shörts] **20** 14

shortstop [shört′ stŏp′] **93** 5

shoulder [shōl′ dər] **4** 5, **53** 22

(shoulder) bag [shōl′ dər băg′] **21** 35

shovel (n) [shŭv′ əl] **27** 31, **82** 15, **90** 17

shovel (v) [shŭv′ əl] **26** 13

shower cap [show′ ər kăp′] **34** 3

shower curtain [show′ ər kür′ tən] **34** 5

shower head [show′ ər hĕd′] **34** 4

shrimp [shrĭmp] **11** 31, **62** 8

shutter [shŭt′ ər] **27** 8

shuttle car [shŭt′ əl kär′] **80** 8

side [sīd] **79** 10

side mirror [sīd′ mĭr′ ər] **50** 2

sideburn [sīd′ bürn′] **4** 33

sidewalk [sīd′ wök′] **45** 25

Sierra Madre [sē ër′ ə mŏ′ drē] **71** 42

silo [sī′ lō] **81** 4

silverware [sĭl′ vər wër′] **29** 22

simple animals [sĭm′ pəl ăn′ ə məlz] **62**

singer [sĭng′ ər] **99** 24

sink [sĭngk] **34** 19

sister [sĭs′ tər] **3** 10

sister-in-law [sĭs′ tər ən lö′] **3** 8

six-pack [sĭks′ păk′] **13** 13

skate (n) [skāt] **94** 26

skate (v) [skāt] **97** 9

skein [skān] **101** 24

ski [skē] **95** 17

ski boot [skē′ bŏŏt′] **95** 15

ski cap [skē′ kăp′] **19** 16

ski lift [skē′ lĭft′] **95** 18

ski slope [skē′ slōp′] **95**

skier [skē′ ər] **94** 35

skin [skĭn] **9** 37b

skirt [skürt] **21** 36

skis [skēz] **94** 33

skunk [skŭngk] **68** 8

slacks [slăks] **20** 4

sleeping bag [slē′ pĭng băg′] **89** 26

sleepwear [slēp′ wër′] **22**

slice (n) [slīs] **13** 21

slice (v) [slīs] **31** 10

slide [slīd] **78** 31, **87** 12

slide projector [slīd′ prə jĕk′ tər] **100** 13

slides [slīdz] **100** 12

sling [slĭng] **39** 3

slippers [slĭp′ərz] **22** 18

slug [slŭg] **62** 4

small [smöl] **24** 7

smoke [smōk] **42** 15

smoke detector [smōk′ də tĕk′ tər] **33** 15

smokestack [smōk′ stăk′] **58** 18, **80** 22

snacks [snăks] **14** 18

snail [snāl] **62** 1

snake [snāk] **65** 9

snap [snăp] **101** 13

sneakers [snē′ kərz] **20** 11

snorkel [snör′ kəl] **91** 34

snow plow [snō′ plow′] **49** 5

snowy [snō′ e] **25** 3

soap [sōp] **34** 15

soap dish [sōp′ dĭsh′] **34** 6

soccer [sŏk′ ər] **92**

soccer ball [sŏk′ ər böl′] **92** 26

socks [sŏks] **22** 17

sofa [sō′ fə] **28** 25

soft drink [söft′ drĭngk′] **16** 11

softball [söft′ böl′] **92, 92** 10

solar collector [sō′ lər kə lĕk′ tər] **80** 17

solar eclipse [sō′ lər ĭ klĭps′] **74** 10

solar system [sō′ lər sĭs′ təm] **74**

soldier [sōl′ jər] **48** 16

sole [sōl] **20** 6

solid [sŏl′ əd] **24** 20

solid figures [sŏl′ əd fĭg′ yərz] **79**

son [sŭn] **3** 16

Sony Walkman [sō′ nē wök′ mən] **100** 30

sore throat [sör′ thrōt′] **40** 12

south [sowth] **71** 72

South America [sowth′ ə mër′ ə kə] **70** 2

South Atlantic [sowth′ ăt lăn′ tək] **70** 12

South Carolina [sowth′ kăr ə lī′ nə] **73** 40

South China Sea [sowth′ chi′ nə sē′] **70** 39

South Dakota [sowth′ də kō′ tə] **73** 41

South Pacific [sowth pə sĭf′ ək] **70** 10

space probe [spās′ prōb] **75** 4

space program [spās′ prō′ grăm] **75**

space shuttle [spās′ shŭt′ əl] **75** 14

space station [spās′ stā′ shən] **75** 1

space suit [spās′ sōot′] **75** 6

spacecraft [spās′ krăft′] **75**

spaghetti [spə gĕt′ ē] **18** 10

spaniel [spăn′ yəl] **69** 24

spare ribs [spër′ rĭbz′] **10** 10

spare tire [spër′ tīr′] **51** 39

sparrow [spăr′ ō] **64** 10

spatula [spăch′ə lə] **27** 21

speaker [spē′ kər] **28** 21, **100** 24

speed limit sign [spēd′ lĭm ət sīn′] **53** 8

speedometer [spə dŏm′ə tər] **50** 10

spider [spī′ dər] **63** 16

spinach [spĭn′ əch] **6** 8

spinal cord [spī′ nəl körd′] **5** 58

spiral notebook [spī′ rəl nōt′ bŏok] **76** 15

split [splĭt] **11** 17

split end [splĭt′ ĕnd′] **93** 24

spoke [spōk] **52** 26

sponge [spŭnj] **34** 7

(sponge) mop [spŭnj′ mŏp′] **35** 6

(spool of) thread [spōol′ əv thrĕd′] **101** 2

spoon [spōon] **29** 8

sports car [spörts′ kär′] **53** 17

sports [spörts] **92-97**

spotlight [spŏt′ līt′] **99** 4

sprain [sprān] **40** 13

spray can [sprā′ kăn′] **13** 24

spray starch [sprā′ stärch′] **35** 21

spread [sprĕd] **17** 11

Spring [sprĭng] **26**

sprinkler [sprĭng′ klər] **27** 13, **87** 14

sprocket [sprŏk′ ət] **52** 20

square [skwër] **79** 9

squid [skwĭd] **62** 5

squirrel [skwür′ əl] **66** 10

stage [stāj] **99** 5

staircase [stër′ kās] **28** 12

stake [stāk] **89** 30

stamp [stămp] **46** 10

stands [stăndz] **93** 10

staple remover [stāp′ əl rə moo′ vər] **83** 29

stapler [stāp′ lər] **83** 27

star [stär] **74** 4

starfish [stär′ fĭsh′] **62** 7

starting gate [stär′ tĭng gāt′] **95** 20

station [stā′ shən] **55** 18

station wagon [stā′ shən wăg′ ən] **50**

steak [stāk] **10** 5, **11** 29, **18** 21

steam [stēm] **31** 12

steamer [stēm′ ər] **30** 3

steering wheel [stür′ ĭng wēl′] **50** 8

stem [stĕm] **8** 2a, **60** 1a

step [stĕp] **28** 13

stepladder [stĕp′ lăd′ ər] **35** 1

stereo cassette player [stër′ ē ō kə sĕt plā′ ər] **100** 25

stereo system [stër′ ē ō sĭs′ təm] **28** 20

stern [stürn] **58** 11

stethoscope [stĕth′ ə skōp′] **39** 9

stewing meat [stoo′ ĭng mēt] **10** 4

stick [stĭk] **12** 5

stick shift [stĭk′ shĭft′] **50** 24

sting [stĭng] **63** 8a

stingray [stĭng′ rā′] **65** 6

stir [stür] **31** 1

stitch [stĭch] **101** 19

stitches [stĭch′ əz] **39** 21

stockings [stŏk′ ĭngz] **22** 6

stomach [stŭm′ ək] **5** 66

stomachache [stŭm′ ək āk′] **40** 7

stool [stōol] **78** 34

stopper [stŏp′ ər] **34** 10, **78** 10

stork [störk] **64** 30

stove [stōv] **30** 30

straight line [strāt′ līn′] **79** 1

(strand of) beads [strănd′ əv bēdz′] **23** 7

strap [străp] **54** 8

straw [strö] **16** 10

strawberry [strö′ bër′ ē] **8** 15

strawberry shortcake [strö′ bër ē shört′ kāk] **18** 26

stream [strēm] **88** 6

street [strēt] **45** 31

street cleaner [strēt′ klē′ nər] **49** 1

street sign [strēt′ sīn′] **44** 8

streetcar [strēt′ kär′] **55** 30

streetlight [strēt′ līt′] **45** 29

stretch [strĕch] **95** 19

stretch bandage [strĕch′ băn′ dĭj] **40** 13a

stretcher [strĕch′ ər] **39** 12

stretchie [strĕch′ ē] **33** 19

string [strĭng] **46** 20, **98** 10a

string bean(s) [strĭng′ bēn(z)′] **6** 15

strings [strĭngz] **98**

striped [strīpt] **24** 17

stroller [strō′ lər] **33** 14

student [stōo′ dənt] **76** 19

stuffed animal [stŭft′ ăn ə məl] **33** 27

subject [sŭb′ jəkt] **47** 10

submarine [sŭb′ mə rēn′] **48** 7

subway [sŭb′ wā′] **54**

subway station [sŭb′ wā stā′ shən] **44** 16

sugar (packet) [shōog′ ər păk′ ət] **16** 13

sugar bowl [shōog′ ər bōl′] **29** 23

sugarcane [shōog′ ər kān′] **60** 20

suitcase [sōot′ kās′] **56** 7

Summer [sŭm′ ər] **26**

sun [sŭn] **74** 7, **80** 3

sunbather [sŭn′bā′dhər] **90** 19

sundae [sŭn′dē] **18** 23

sunflower [sŭn′flŏw′ər] **60** 19

sunglasses [sŭn′glăs′əz] **90** 14

sunny [sŭn′ē] **25** 4

(sunnyside-up) egg
   [sŭn′ē sīd ŭp′ĕg′] **18** 32

sunroof [sŭn′rōōf′] **51** 44

suntan lotion [sŭn′tăn lō′shən] **91** 39

supermarket [sōō′pər mär′kət] **14**

surf [sürf] **97** 12

surfboard [sürf′börd′] **91** 25

surgery [sŭr′jə rē] **41** 2

suspect [sŭs′pĕkt] **43** 3

swan [swŏn] **64** 28

sweatband [swĕt′bănd′] **20** 12

sweater [swĕt′ər] **19** 7, **19** 13, **19** 23

sweatpants [swĕt′pănts′] **20** 10

sweatshirt [swĕt′shürt′] **20** 8

sweep [swēp] **38** 7

swimmer [swĭm′ər] **91** 28

swing [swĭng] **33** 24

swings [swĭngz] **87** 16

switch [swĭch] **37** 43c

switchboard [swĭch′börd′] **83** 3

switchboard operator
   [swĭch′börd ŏp′ə rā tər] **83** 1

swordfish [sörd′fĭsh′] **65** 3

synthesizer [sĭn′thə sī′zər] **99** 21

syringe [sə rĭnj′] **39** 27

syrup [sĭr′əp] **18** 6

T-shirt [tē′shürt′] **21** 29

table [tā′bəl] **29** 7

tablecloth [tā′bəl klöth′] **29** 16

tablet [tāb′lət] **41** 6

taco [tŏ′kō] **18** 24

tadpole [tăd′pōl′] **65** 16

tail [tāl] **57** 10, **65** 3a, **66** 3a

taillight [tāl′līt′] **50** 31

tailor [tā′lər] **84** 6

take [tāk] **17** 10

takeoff [tāk′öf′] **57**

Takla Makan Desert
   [tŏk′lə mə kŏn′dĕz′ərt] **71** 53

tambourine [tăm′bə rēn′] **98** 17

tank [tăngk] **48** 10

tank top [tăngk′tŏp′] **20** 13

tanker [tăngk′ər] **58** 15

tap [tăp] **16** 20

tape [tāp] **46** 22

tape measure [tāp′mĕzh′ər] **36** 21, **101** 15

taxi [tăk′sē] **55**

taxi stand [tăk′sē stănd′] **55** 28

taxicab [tăk′sē kăb′] **55** 27

tea [tē] **16** 15

teacher [tē′chər] **76** 4

teakettle [tē′kĕt′əl] **30** 28

team sports [tēm′spörts′] **92**

teapot [tē′pŏt′] **29** 19

tear [tër] **77** 9

teddy bear [tĕd′ē bër′] **33** 3

tee [tē] **95** 13

telephone [tĕl′ə fōn′] **83** 15

telescope [tĕl′ə skōp′] **74** 22

television [tĕl′ə vĭzh′ən] **28** 18, **100** 5

teller [tĕl′ər] **86** 15

temperature [tĕm′pər ə chər] **25** 6

Tennessee [tĕn′ə sē′] **73** 42

tennis [tĕn′əs] **94**

tennis ball [tĕn′əs böl′] **94** 1

tennis court [tĕn′əs kört′] **95**

tent [tĕnt] **89** 24

tentacle [tĕn′tə kəl] **62** 12a

terminal [türm′ə nəl] **51** 55, **58** 29

terminal building [türm′ə nəl bĭl′dĭng] **57** 16

termite [tür′mīt] **63** 11

terrier [tĕr′ē ər] **69** 25

test tube [tĕst′tōōb′] **78** 9

Texas [tĕk′səs] **73** 43

textbook [tĕkst′bŏŏk′] **76** 26

theater [thē′ə tər] **99**

thermometer
   [thər möm′ə tər] **25** 5, **78** 22

thermos [thür′məs] **88** 14

thigh [thī] **4** 18, **11** 19

thimble [thĭm′bəl] **101** 21

third (1/3) [thürd] **79** 32

third baseman [thürd′bās′mən] **93** 4

thorn [thörn] **60** 18c

thread [thrĕd] **37** 42b, **101** 2

three-piece suit [thrē′pēs sōōt] **21** 40

throat [thrōt] **5** 59

through [thrōō] **103** 1

throw [thrō] **97** 10

thumb [thŭm] **4** 24

thumbtack [thŭm′tăk′] **76** 25

ticket [tĭk′ət] **55** 16, **56** 4

ticket window [tĭk′ət wĭn′dō] **55** 19

tie (n) [tī] **21** 47

tie (v) [tī] **77** 12

tie clip [tī′klĭp′] **23** 14

tie pin [tī′pĭn′] **23** 13

tiger [tī′gər] **68** 2

tight [tīt] **24** 3

tighten [tī′tən] **38** 4

tight end [tīt′ĕnd′] **93** 30

tights [tīts] **19** 14

tile [tīl] **34** 27

timer [tī′mər] **78** 13

timetable [tīm′tă′bəl] **55** 20

tip [tĭp] **55** 22

tire [tīr] **50** 37, **52** 28

tissues [tĭsh′ōōz] **32** 13

title [tī′təl] **47** 9

to [tōō] **103** 9

toast [tōst] **18** 34

toaster [tōs′tər] **30** 16

toe [tō] **5** 54

toenail [tō′nāl′] **5** 56

toilet [toy′lət] **34** 29

toilet brush [toy′lət brŭsh′] **34** 31

toilet paper [toy′lət pā′pər] **34** 30

toiletries [toy′lə trēz] **23**

token booth [tō′kən bōōth′] **54** 13

tollbooth [tōl′bōōth′] **53** 27

tomato(es) [tə mā′tō(z)] **7** 19

tongs [tŏngz] **78** 29

tongue [tŭng] **4** 41

tongue depressor [tŭng′də prĕs′ər] **40** 12a

toolbox [tōōl′bŏks′] **36** 23

toolshed [tōōl′shĕd′] **27** 28

tooth [tōōth] **4** 42

toothache [tōōth′āk′] **40** 9

toothbrush [tōōth′brŭsh′] **34** 21

toothless mammals [tōōth′ləs măm′əlz] **66**

toothpaste [tōōth′pāst′] **34** 16

tortoise [tör′təs] **65** 18

tossed salad [töst′săl′əd] **18** 13

touch [tŭch] **77** 2

touring handlebars
[tŏŏr′ ĭng hăn′ dəl bärz] **52** 12

tow truck [tō′ trŭk] **49** 2

toward [törd] **103** 4

towel rack [tow′ əl răk′] **34** 25

towrope [tō′ rōp′] **59** 11

toy chest [toy′ chĕst′] **33** 29

track [trăk] **54** 10, **94** 32

track and field [trăk′ ənd fēld′] **94**

tractor [trăk′ tər] **81** 15

tractor trailer [trăk′ tər trā′ lər] **49** 15

traffic cop [trăf′ ək kŏp′] **44** 10

traffic light [trăf′ ək līt′] **45** 21

trailer [trā′ lər] **53** 10

train [trān] **55**

training wheels [trān′ ĭng wēlz′] **52** 1

transcript [trăn′ skrĭpt] **43** 15

transfer [trăns′ fər] **54** 4

transformer [trăns för′ mər] **80** 25

transmission towers
[trănz mĭsh′ ən tow′ ərz] **80** 23

transportation [trăns′ pər tā′ shən] **54**

transporter [trăns′ pör tər] **49** 17

trash basket [trăsh′ băs′ kət] **44** 15

trash can [trăsh′ kăn′] **87** 11

travel agent [trăv′ əl ā′ jənt] **84** 4

traveler [trăv′ ə lər] **56** 3

tray [trā] **16** 33

tray table [trā′ tā′ bəl] **56** 22

treatments [trēt′ mənts] **41**

tree [trē] **61** 35

trees [trēz] **60**

triangle [trī′ ăng′ gəl] **79** 6

tricycle [trī′ sĭ kəl] **52** 6

trigger [trĭg′ ər] **48** 22

trim [trĭm] **26** 8

tripod [trī′ pod] **100** 9

trombone [trŏm bōn′] **98** 23

trough [tröf] **81** 25

trout [trowt] **65** 2

trowel [trow′ əl] **27** 27

truck [trŭk] **49**, **53** 25

truck driver [trŭk′ drī′ vər] **49** 16

trumpet [trŭm′ pət] **98** 25

trunk [trŭngk] **51** 40, **61** 35b, **66** 17a

tub [tŭb] **12** 6

tuba [tōō′ bə] **98** 27

tube [tōōb] **13** 15, **91** 29

tugboat [tŭg′ bōt′] **58** 13

tulip [tōō′ ləp] **60** 1

turkey [tür′ kē] **10** 23, **64** 20

turnip [tür′ nəp] **7** 34

turn signal lever [türn′ sĭg nəl lĕ′ vər]
50 11

turn signal lights [türn′ sĭg nəl līts′]
51 50

turnstile [türn′ stīl′] **54** 12

turntable [türn′ tā′ bəl] **100** 18

turtle [tür′ təl] **65** 12

(turtleneck) sweater
[tür′ təl nĕk swĕ′ tər] **19** 13

tusk [tŭsk] **66** 17b

TV antenna [tē′ vē ăn tĕn′ ə] **27** 3

tweezers [twē′ zərz] **78** 32

twig [twĭg] **61** 33a

(two-door) sedan [tōō′ dör sə dăn′] **51**

type [tīp] **77** 10

typewriter [tīp′ rī′ tər] **83** 10

typing chair [tī′ pĭng chër′] **83** 17

typist [tī′ pəst] **83** 6

U.S. mailbox [yōō′ ĕs māl′ bŏks] **46** 6

U.S. Postal System
[yōō′ ĕs pōs′ təl sĭs′ təm] **46**

ukulele [yōō′ kə lā′ lē] **98** 3

umbrella [ŭm brĕl′ ə] **20** 24

umpire [ŭm′ pīr] **92** 1, **93** 17

uncle [ŭng′ kəl] **3** 3

under [ŭn′ dər] **102** 8

underpants [ŭn′ dər pănts′] **22** 3

undershirt [ŭn′ dər shürt′] **22** 1

underwear [ŭn′ dər wër′] **22**

uniform [yōō′ nə förm′] **21** 45, **92** 9

United States of America
[yōō nī′ təd stāts′ əv əmër′ ə kə] **72**

universe [yōō′ nə vürs′] **74**

up [ŭp] **103** 11

upper arm [ŭp′ ər ärm′] **4** 7

Urals [yŏŏr′ əlz] **71** 46

uranium rods [yŏŏ rā′ nē əm rŏdz′]
80 15

Uranus [yŏŏr′ ə nəs] **74** 17

usher [ŭsh′ ər] **99** 16

Utah [yōō′ tö] **73** 44

utility pole [yōō tĭl′ ə tē pōl′] **80** 26

utility room [yōō tĭl′ ə tē rōōm′] **35**

(V-neck) sweater [vē′ nĕk swĕt′ ər]
19 23

vacuum [văk′ yōōm] **38** 14

vacuum cleaner [văk′ yōōm klē′ nər]
35 16

valve [vălv] **52** 27

van [văn] **53** 26

vase [vās] **28** 6

VCR (videocassette recorder)
[vē′ sē är′]/
[vĭd′ ē ō kə sĕt′ rə kör′ dər] **100** 4

vegetables [vĕj′ tə bəlz] **6**

vehicles and equipment
[vē′ ə kəlz ənd ə kwĭp′ mənt] **48**

vein [vān] **5** 68

vendor [vĕn′ dər] **87** 3

vent [vĕnt] **50** 21

Venus [vē′ nəs] **74** 12

verbs [vürbz] **17**, **26**, **31**, **38**, **77**, **96**

Vermont [vür mŏnt′] **73** 45

vest [vĕst] **21** 39

video [vĭd′ē ō] **100**

video camera [vĭd′ ē ō kăm′ ə rə]
100 1

videocassette (tape)
[vĭd′ ē ō kə sĕt′ tāp′] **100** 3

vine [vīn] **61** 42

viola [vē ōl′ə] **98** 8

violet [vī′ ə lət] **60** 16

violin [vī ə lĭn′] **98** 7

Virginia [vər jĭn′ yə] **73** 46

vise [vīs] **37** 36

visor [vĭz′ ər] **50** 5

volleyball [vŏl′ ē böl′] **92**, **92** 22

waders [wā′ dərz] **88** 10

waist [wāst] **4** 13

waiter [wā tər] **16** 5

waitress [wā′ trəs] **16** 2

walk [wök] **77** 8

walker [wök′ ər] **33** 23

wall [wöl] **28** 3

wall unit [wöl′ yōō′ nət] **28** 19

wall-to-wall carpeting
[wöl′ tə wöl kär′ pə tĭng] **28** 15

wallet [wöl′ ət] **20** 9

walnut(s) [wöl′ nət(s)] **9** 29

walrus [wöl′ rŭs] **68** 11

warm [wörm] **25** 8

wash [wŏsh] **38** 16

washcloth [wŏsh′ klöth′] **34** 22

washer [wŏsh′ ər] **37** 40

washing machine
  [wŏsh′ ĭng mə shēn′] **35** 30

Washington [wŏsh′ ĭng tən] **73** 47

wasp [wŏsp] **63** 20

wastepaper basket
  [wāst′ pā pər băs′ kət] **34** 13

watch [wŏch] **23** 10

watchband [wŏch′ bănd′] **23** 11

water (n) [wŏt′ ər] **42** 16, **91** 30

water (v) [wŏt′ ər] **26** 5

water fountain [wŏt′ ər fown′ tən]
  87 19

water glass [wŏt′ ər glăs′] **29** 6

waterfall [wŏt′ər föl] **80** 11, **89** 18

water-skier [wŏt′ər skē′ ər] **59** 10

watercress [wŏt′ər krěs′] **6** 5

watering can [wŏt′ər ĭng kăn′] **27** 16

watermelon [wŏt′ər měl′ ən] **9** 26

wave [wāv] **91** 24

weapon [wěp′ənz] **48**

weather [wědh′ər] **25**

weather forecaster
  [wědh′ər för′ kăst ər] **86** 1

weather satellite [wědh′ər săt′ ə līt]
  75 3

weaving [wē′ vĭng] **101** 30

web [wěb] **63** 15

wedding ring [wěd′ ĭng rĭng′] **23** 4

weights [wāts] **78** 5

west [wěst] **71** 74

West Virginia [wěst′ vər jĭn′ yə] **73** 48

wet [wět] **25** 15

wet suit [wět′ sōot′] **91** 38

whale [wāl] **68** 9

wheat [wēt] **60** 22

wheat farm [wēt′ färm′] **81**

(wheat) field [wēt′ fēld′] **81** 16

wheel [wēl] **52** 4

wheelbarrow [wēl′ băr′ ō] **27** 32,
  82 23

wheelchair [wēl′ chër′] **39** 2

whistle [wĭs′ əl] **90** 5

whole [hōl] **11** 27, **79** 29

whole (chicken) [hōl′ chĭk′ ən] **11** 16

width [wĭdth] **79** 35

wife [wīf] **2** 4

willow [wĭl′ ō] **61** 31

wind [wĭnd] **80** 4

windbreaker [wĭnd′ brā′ kər] **19** 5

windlass [wĭnd′ ləs] **58** 23

windmill [wĭnd′ mĭl′] **80** 19

window [wĭn′ dō] **27** 7, **46** 15

window cleaner [wĭn′ dō klē′ nər]
  35 10

windpipe [wĭnd′ pīp′] **5** 60

windshield [wĭnd′ shēld′] **51** 45

windshield wiper [wĭnd′ shēld wī′ pər]
  50 6

windsurfer [wĭnd′ sür′ fər] **59** 14

windy [wĭn′ dē] **25** 13

wine [wīn] **16** 19

wine glass [wīn′ glăs′] **29** 5

wing [wĭng] **11** 22, **57** 9, **63** 4a,
  64 1a

Winter [wĭn′ tər] **26**

wipe [wīp] **38** 5

wire [wīr] **37** 35

wire mesh screen [wīr′ měsh skrēn′]
  78 6

Wisconsin [wĭs kŏn′ sən] **73** 49

witness [wĭt′ nəs] **43** 13

witness stand [wĭt′ nəs stănd′] **43** 18

wolf [wŏolf] **69** 29

woman [wŏom′ən] **2** 1

wood [wŏod] **36** 4

wood plane [wŏod′ plān′] **37** 32

woodpecker [wŏod′ pěk′ ər] **64** 17

woods [wŏodz] **89** 32

woodwinds [wŏod′ wĭndz′] **98**

wool [wŏol] **101** 23

word processor [würd′ prŏ′ sěs ər]
  83 7

work gloves [würk′ glŭvz′] **27** 26

workbench [würk′ běnch′] **36** 22

workshop [würk′ shŏp′] **36**

world [würld] **70**

worm [würm] **62** 11

wrench [rěnch] **36** 10

wrist [rĭst] **4** 21

write [rīt] **77** 7

writer [rī′ tər] **86** 7

Wyoming [wī ō′ mĭng] **73** 50

X ray [ěks′ rā′] **39** 1

X ray screener [ěks′ rā skrē′ nər] **56** 11

xylophone [zī′ lə fōn′] **98** 31

yam [yăm] **7** 24

Yangtze River [yăng′ sē rĭv′ ər] **71** 69

yarn [yärn] **101** 31

Yellow Sea [yěl′ ō sē′] **70** 37

Yenisey River [yěn′ ə sā′ rĭv′ ər]
  71 65

Yukon River [yōo′ kŏn rĭv′ ər] **71** 56

zebra [zē′ brə] **66** 18

zinnia [zĭn′ ē ə] **60** 13

zip code [zĭp′ kōd′] **46** 12

zipper [zĭp′ ər] **101** 16

zoo [zōo] **87** 1

zucchini [zōo kē′ nē] **7** 27

Á-châu **70** 5

an-ninh **56**

anh **3** 9

anh rể **3** 11

áo che của người đầu bếp hay hầu bàn **16** 6

áo nổi để mặc khi đắm tàu **59** 1

áo ngoài **42** 13

áp-huyết cao **40** 10

ăn **17** 1

âm-thanh **100** D

ấm **25** 8

Ấn-độ-dương **70** 13

Âu-châu **70** 3

bà (ngoại) **3** 1

bác-sĩ **39** 11

bãi cỏ xanh **95** 10

ban hát **99** 18

ban nhạc, dàn nhạc **99** 6

ban nhạc rock **99** C

bàn chân **5** E

bàn chỉ-dẫn **47** 22

bàn chữ **100** 33

bàn đạp ga **50** 27

bàn máy đánh chữ **83** 10

bàn máy đánh chữ điện-tử **83** 7

bàn phím **98** 1a

bàn chỉ đường **44** 8

bàn-đồ **47** 20

bản ghi bệnh-trạng **39** 10

bản ghi chép **43** 15

bản nhạc **98** 2

bản sơ-đồ, bản thiết-kế **82** 6

bảng chỉ đường **53** 23

bảng chỉ giới-hạn tốc-lực **53** 8

bảng chỉ ra khỏi xa-lộ **53** 24

bảng dán thông-cáo **76** 7

bảng ghi điểm **93** 19

báng súng **48** 23

bánh **14** 11

bánh cu-ki **18** 22

bánh kem lạnh cầm tay (hình nón) **18** 36

bánh lái, cái tay lái **50** 8

bánh mì **14** 12

bánh mì hamburger **18** 9

bánh mì hot dog **18** 2

bánh mì nướng **18** 34

bánh mì ổ nhỏ **18** 19

bánh mì ổ tròn nhỏ **18** 7

bánh mì xăng-quích, bánh mì thịt **16** 16

bánh ngọt dâu tây **18** 26

bánh ngọt nhỏ **18** 27

bánh pancake **18** 5

bánh pi-za **18** 30

bánh ta-cô **18** 24

bánh tập lái **2** 15

bánh xe **52** 4, **52** 28

bao, bị **12** 8, **15** 25

bao, gói **12** 16

bao tay của người bắt banh **92** 4

bao tử, dạ dày **5** 66

báo-chí và nghệ-thuật **86** A

bào **31** 2

bắc, phương bắc **71** 71

Bắc-băng-dương **70** 8

Bắc Đại-tây-dương **70** 11

Bắc Mỹ **70** 1

Bắc Thái-bình-dương **70** 9

bằm **31** 11

bắn, ném (bóng) **97** 16

bắp cải **6** 3

bắp cải con **6** 4

bắp chân **4** 20

bắp ngô **6** 12

bắp thịt **5** 62

bắp trái **6** 12a, **12** 16a

bắt, chụp **96** 4

bậc thang **82** 9

bệ ngón chân cái **5** 52

bến tàu **58** 28

bênh cạnh (cái ti-vi) **102** 11

bệnh-nhân **39** 20

bị bầm **40** 17

bị cảm **40** 11

bị can **43** 3

bị cáo **43** 23

bị cháy, bị phỏng **40** 18

bị đứt thịt **40** 16

bị làm độc **40** 14

bị lạnh **40** 4

bia, la-ve **16** 23

biên-nhận **15** 20, **55** 24

Biển Ả-rạp **70** 30

Biển Bắc **70** 21

Biển Baltic **70** 22

Biển Barents **70** 23

Biển Beaufort **70** 15

Biển Bering **70** 34

Biển Caribbean **70** 20

Biển Caspian **70** 27

Biển Đông **70** 38

Biển Kara **70** 31

Biển Laptev **70** 33

Biển Nhật-bản **70** 36

Biển Okhotsk **70** 35

biển và vịnh **70**

bình ắc-qui, bình điện **51** 54

bình cổ dài, chai cổ dài **78** 2

bình chữa lửa **42** 11

bình xịt **12** 24

bình xịt hồ quần áo **35** 21

bíp-tếch **18** 21

bó bột **39** 5

bò viên **18** 11

bỏ đầy, lắp **26** 9

bong bóng đái **5** 72

bóng chảy, baseball, dã-cầu **92**

bóng chảy thiếu-niên **92**

boong tàu **58** 22

bót cảnh-sát **43** A

bộ áo tắm **90** 18

Bộ binh **48** 15

bộ dụng cụ mổ xẻ **78** 33

bộ ly kết **50** 25

bộ ống nghe **83** 2, **100** 29

bộ-phận hạ cánh **57** 15

bộ quần áo của thợ lặn **91** 38

bộ quần áo không-gian **75** 6

bộ quần áo lót mùa đông **22** 7

bộ quần áo may liền của thợ **21** 30

bộ quần áo ngủ **22** 19

bộ quần áo tây ba mảnh **21** 40

bộ quần áo thun em bé **33** 19

bộ tủ trang trí phòng khách **28** 19

bộ ván trượt tuyết **94** 33

bộ yên leo núi **89** 22

bổ đôi **11** 17

bồi-thẩm-đoàn **43** 21

bông, hoa **60**

bông goòng **39** 23

bông cải **6** 1

bơ **18** 18

bơm **12** l4

bụi cây, lùm cây **61** 41

bún spaghetti **18** 10

bụng **4** 14

bút nguyên-tử, viết nguyên-tử **76** 22

bực thang **28** 13

bức tranh **28** 5

bứt **26** 7

bưu-kiện **46** 19

bưu-thiếp **46** 17

ca-rô, ô vuông **24** 18

ca-sĩ **99** 24

cá **11** 26, **65** A

cá cắt lát ngang **11** 29

cá chim **65** 7

cá đao, cá lưỡi kiếm **65** 3

cá đuối **6** 65

cá heo **13** 68

cá mập **65** 5

cá ngựa, hải-mã-ngư **65** 1

cá ông voi **68** 9

cá quả **65** 2

cá sấu **65** 8

cà tô-mách, cà chua **7** 19

cà-phê **18** 35

cà-rốt **7** 32

các bộ-phận bên trong con người **5** F

các bộ-phận gắn vào máy hút bụi **35** 17

các cái rui **82** 1

các con ngựa **81** 23

các con số **104**

các cô gái cổ võ **93** 20

các đại-dương **70**

các đồng hồ trên máy bay **56** 14

các giống chó **69**

các giống gấu **69**

các giống khỉ **69**

các hành-tinh **74**

các hình-dạng kỷ-hà **79** B

các hình-dạng lập-thể, các hình khối **79** C

các hình-thức vận-tải khác **55** E

các loại cây độc **61**

các loại cây khác **61**

các loại hạt **9**

các loại máy bay **57** A

các loại thư-từ **46** C

các lục-địa **70**

các nguồn năng-xuất **80** A

các nhạc-cụ khác **98**

các rặng núi **71**

các tấm ảnh **100** 11

các tấm phim màu, phim slide **100** 12

các tờ chương-trình **99** 17

các thanh u-ra-ni-um **80** 15

các tuần trăng **74** C

các việc thêu may khác **101** B

các viên gạch, gạch **82** 12

các xử-dụng và sản-phẩm **80** C

cái ao (nuôi vịt) **87** 8

cái áo của quan tòa **43** 11

cái áo choàng mặc sau khi tắm **22** 20

cái áo đầm **21** 22

cái áo giắc-kết **21** 33

cái áo giắc-kết mùa đông **19** 5

cái áo gi-lê **21** 39

cái áo gối, bao gối **32** 15

cái áo jacket **19** 17

cái áo khoác **19** 24

cái áo khoác ngoài **19** 20

cái áo len bịt cổ **19** 7

cái áo len cài nút **21** 26

cái áo len (cổ chữ V) **19** 23

cái áo len cổ rùa **19** 13

cái áo lông ngỗng **19** 12

cái áo lót dài đàn bà **22** 10

cái áo lót đàn bà **22** 9

cái áo lót đàn ông **22** 1

cái áo mưa **21** 38

cái áo nỉ **19** 3

cái áo ngủ đàn bà **22** 21

cái áo parka mặc mùa đông **19** 8

cái áo rút mồ hôi **20** 8

cái áo tây đàn ông **20** 2

cái áo sơ-mi **21** 46

cái áo sơ-mi đàn bà **21** 34

cái áo thun có tay ngắn **21** 29

cái áo thun không tay **20** 13

cái ấm nấu nước **30** 28

cái bàn **29** 7

cái bàn ăn picnic **88** 15

cái bàn chải **76** 18

cái bàn chải chùi cầu tiêu **34** 31

cái bàn chải đánh răng **34** 21

cái bàn chải móng tay **34** 20

cái bàn chải sơn **37** 30

cái bàn chải tóc **32** 7

cái bàn dài trong phòng thí-nghiệm **78** 24

cái bàn đạp **39** 18, **52** 19

cái bàn để thay tả và quần áo cho em bé **33** 9

cái bàn dùng để ủi quần áo **35** 13

cái bàn giấy **83** 13

cái bàn kẹp, đai ốc **37** 36

cái bàn khám bệnh **39** 6

cái bàn nhỏ trong phòng khách **28** 29

cái bàn phòng ngủ **32** 27

cái bàn thợ mộc, cái bàn thợ máy **30** 22

cái bàn trà **28** 26

cái bàn trang điểm **32** 9

cái bàn ủi, bàn là **35** 12

cái bàn viết **76** 16

cái bàn viết, bàn giấy **28** 14

cái bàn xếp **56** 22

cái bánh lái **59** 5

cái bánh xơ-cua **51** 39

cái bao chăn mền để ngủ **89** 26

cái bao đi chợ **21** 18

cái bao đựng dụng-cụ đánh gôn **95** 7

cái bao đựng nước đá **41** 4

cái bao đựng quần-áo **56** 1

cái bao đựng thư **46** 4

cái bao mang sau lưng **19** 4

cái bao mang theo người **56** 2

cái bao súng **43** 8

cái bao tay **19** 11, **27** 20, **94** 11, **94** 15

cái bao tay, găng tay **19** 1

cái bao tay để làm việc **27** 26

cái bao thư, phong-bì **83** 31

cái bào **37** 32

cái bát dùng để trộn **30** 24

cái bát xà-lách **29** 25

cái bay để trát hồ **27** 27

cái bẩy cát **95** 11

cái bẫy chuột **35** 32

cái băng-ca **39** 12

cái băng dán vết thương **39** 4

cái băng sau, ghế sau **50** 32

cái băng vải buộc vết thương **39** 24

cái băng vải đeo chéo trước ngực **39** 3

cái bè bằng hơi **59** 20

cái bếp **30** 30

cái bếp dùng trong khi cắm trại **89** 25

cái bi-nhông **52** 20

cái bị, bọc **66** 3c

cái bình cà-phê **29** 18

cái bình đựng kem **29** 24

cái bình đựng nước **29** 4

cái bình khí ép (của thợ lặn) **91** 37

cái bình lọc cà-phê **30** 31

cái bình thủy **88** 14

cái bình trà **29** 19

cái bịt lỗ tai **19** 10

cái bóng đèn **35** 22

cái bồn tắm **34** 11

cái bông tai, cái hoa tai **23** 1

cái bông tai kẹp **23** 15

cái bông tai xỏ **23** 16

cái bông xanh **6** 2

cái bơm hơi **53** 13

cái bơm xăng **53** 14

cái bờm (ngựa) **66** 21a

cái bù-loong **37** 38

cái búa **36** 13

cái búa, cái rìu **42** 14

cái búa cao su **36** 11

cái búa đẽo, cái rìu **36** 17

cái búa gỗ của quan tòa **43** 12

cái búa khoan **82** 22

cái bục đứng của nhạc trưởng **99** 7

cái bướu **67** 33a

cái càng **62** 13a

cái cảng xe sau **51** 42

cái cảng xe trước **51** 51

cái cánh **63** 4a, **64** 1a

cái cánh máy bay **57** 9

cái cào lá cây **27** 30

cái cà-vạt **21** 47

cái căm bánh xe **52** 26

cái cảng sau **66** 3b

cái cảng trước **66** 3d

cái cặp đựng giấy tờ **21** 37

cái cắt móng tay **23** 31

cái cân **14** 7, **34** 32, **78** 4

cái cần câu **88** 7

cái cần đánh lacrosse **92** 16

cái cần giữ kim máy hát **100** 20

cái cần mắc buồm nhô ra ngoài **59** 7

cái cần quay kiểm-soát ra vào **54** 12

cái cần sang số **50** 17, **52** 22

cái cần sang số tay **50** 24

cái cầu thang **28** 12

cái cây treo đồ chơi trên đầu giường em
bé **33** 2

cái cọc **89** 30

cái còi **50** 12, **52** 5, **90** 5

cái còng tay **43** 4

cái cổ áo **21** 20

cái công-tắc đèn **32** 25

cái cổng bắt đầu **95** 20

cái cu-đê **101** 21

cái cuốc chim, cái cúp đào đất **82** 13

cái cửa **36** 8

cái cưa điện **27** 25

cái cửa sắt **36** 18

cái cửa lưới **27** 19

cái cửa sập sau xe **51** 43

cái cửa sổ **27** 7, **46** 15

cái cửa sổ trên mui xe **51** 44

cái chảo **30** 5

cái chảo quay thịt **30** 17

cái chân (của con hải-cẩu), vây cá **68** 12a

cái chân chèo **91** 36

cái chân đèn nến **29** 28

cái chập-chỏa **98** 18

cái chậu **34** 19, **39** 16

cái chén có miệng dùng trong phòng thí-
nghiệm **78** 23

cái chén đựng đường **29** 23

cái chìa (để hốt rơm khô) **81** 14

cái chìa vặn, cái mỏ-lét **36** 10

cái chổi **35** 7

cái chổi lông gà **35** 2

cái chổi lông trang-điểm **23** 32

cái chốt **23** 18

cái chốt gỗ **94** 5

cái chuôi **37** 43b

cái chuồng em bé **33** 30

cái chụp đèn **28** 27

cái dao **29** 15

cái dao cạo **23** 20

cái dây đai tải hành-lý **56** 12

cái dĩa bàn **29** 13

cái dĩa compact **100** 27

cái dĩa để bánh mì và bơ **29** 11

cái dĩa đựng xà-phòng **34** 6

cái dĩa hát **100** 23

cái dĩa nhỏ **29** 21

cái dì hấp **30** 3

cái dù **48** 6

cái dùi trống **98** 19a

cái đai chuyển hàng **15** 23

cái đập **80** 18

cái đầu **37** 42a

cái đầu thay (của cái lau nhà) **35** 11

cái đề lưỡi **40** 12a

cái đèn **28** 28

cái đèn chỉ-dẫn lưu-thông **45** 21

cái đèn đậu **51** 49

cái đèn lái **50** 31

cái đèn lòng, đèn xách tay **89** 29

cái đèn lui xe **50** 30

cái đèn pin **35** 3

cái đèn pha **51** 48

cái đèn quẹo phải quẹo trái, đèn
signal **51** 50

cái đèn thắng **50** 29

cái đèn treo **29** 3

cái đế giày **20** 6

cái đinh **37** 41

cái đinh găm giấy **76** 25

cái đỉnh (núi) **89** 20

cái đồng-hồ **76** 2

cái đồng-hồ bấm giờ **78** 13

cái đồng-hồ báo thức **32** 8

cái đồng-hồ chỉ tiền xe **55** 23

cái đồng-hồ đậu xe **45** 20

cái đồng-hồ đeo tay **23** 10

cái đồng-hồ tốc-lực **50** 10

cái đồng-hồ xăng **50** 9

cái đu, cái xích-đu **87** 16

cái đuôi **66** 3a

cái đuôi máy bay **57** 10

cái gạt nước kiến xe **50** 6

cái gạt tàn thuốc **16** 29

cái gầu múc hậu, xe có gầu múc hậu **82** 26

cái giá **78** 8

cái giá ba chân **100** 9

cái giá có vòng để ống thử **78** 19

cái giá mắc khăn **34** 25

cái giàn (làm nhà) **82** 7

cái giỏ đựng rác **44** 15

cái giường **32** 21

cái giường em bé **33** 4

cái gò của người ném banh **93** 11

cái gót giày **20** 5

cái gối **32** 16

cái gối nhỏ để găm kim **101** 3

cái gương **32** 5

cái ghế **29** 17

cái ghế, chỗ ngồi **54** 2

cái ghế băng, ghế dài **44** 14

cái ghế của người cứu đắm **90** 8

cái ghế của quan tòa **43** 16

cái ghế dài **87** 10

cái ghế dài để nằm **27** 24

cái ghế dùng trên bãi biển **90** 20

cái ghế dựa **28** 16

cái ghế đẩu **78** 34

cái ghế nơi quầy rượu **16** 25

cái ghế ngồi đánh máy **83** 17

cái ghế ngồi một người **50** 16

cái ghế tập em bé đi cầu **33** 33

cái ghế trẻ em **60** 33

cái ghế xích-đu **33** 16

cái ghế xô-pha **28** 25

cái hoa sen **34** 4

cái hộc đựng áo quần **32** 30

cái hộp cát cho trẻ em chơi **87** 13

cái hộp đựng bữa ăn trưa **21** 31

cái hộp đựng gạo, đường hay trà **30** 15

cái hộp đựng nữ-trang **32** 4

cái kèn **63** 2

cái kèn cờ **98** 26

cái kèn trombone **98** 23

cái kèn trompet **98** 25

cái kèn tuba **98** 27

cái kèn xắc-xô **98** 24

cái kéo **101** 17

cái kéo cắt răng cưa **101** 5

cái kéo cắt hàng rào **27** 29

cái kẹp **78** 7

cái kẹp cà-vạt **23** 14

cái kẹp chữ C **36** 2

cái kẹp giấy **83** 28

cái kẹp lớn **78** 29

cái kẹp nhỏ **78** 28

cái kẹp quần áo **35** 20

cái kệ **14** 6, **47** 26

cái kệ sách **28** 22, **83** 20

cái kệ trên lò sưởi **28** 7

cái kềm, cái kìm **36** 19

cái kiến che gió **51** 45

cái kiến chiếu-hậu **50** 7

cái kiến chiếu-hậu bên cạnh xe **50** 2

cái kiến đeo mắt, cái kính đeo mắt **21** 44

cái kim cài trên áo **23** 8

cái kim gài cà-vạt **23** 13

cái kính lúp **78** 15

cái kính mắt an-toàn **94** 28

cái kính râm, kiến mát **90** 14

cái kính thâu góp ánh sáng mặt trời **80** 17

cái khăn ăn **29** 14

cái khay **16** 33

cái khay hốt bụi **35** 8

cái khay nước đá **30** 21

cái khăn bàn **29** 16

cái khăn giấy **35** 23

cái khăn giấy lau mặt **32** 13

cái khăn lau chén **30** 18

cái khăn lau tay **34** 23

cái khăn lông tắm biển **90** 15

cái khăn mặt **22** 34

cái khăn quàng **19** 19

cái khăn tắm **34** 24

cái khóa cửa xe **50** 1

cái khóa dây thắt lưng **21** 17

cái khóa giày trên tấm ván trượt tuyết **95** 16

cái khóa xe **52** 13

cái khoan tay **36** 9

cái khung hình **28** 4

cái khuy nút **101** 8

cái lan-can cầu thang **28** 11

cái lau bảng **76** 11

cái lau nhà **35** 6

cái lều **89** 24

cái lò **30** 32

cái lọc không-khí **51** 52

cái lò đốt Bunsen **78** 20

cái lọ đựng muối **29** 10

cái lọ đựng tiêu **29** 9

cái lò ga **30** 29

cái lọ hoa **28** 6

cái lò nướng **30** 33

cái lò nướng than **27** 22

cái lò sưởi **28** 8

cái lò viêm, lò mi-cơ-rô-quê **30** 23

cái loa **28** 21, **100** 24

cái loa phóng-thanh **76** 3

cái long-cốt giữa thuyền **59** 6

cái long đền, cái vòng nệm **37** 40

cái lỗ **94** 8

cái lỗ bỏ thư **46** 13

cái lông mi giả **23** 28

cái lược **32** 6

cái lưới **92** 23, **95** 2

cái lưới bắt cá **88** 9

cái lưới cạo **36** 14

cái lưới che mặt **92** 15

cái lưới giày trượt băng **94** 27

cái lưỡi khoan, cái mũi khoan **37** 43a

cái lúc-lắc **33** 21

cái ly rượu vang **29** 5

cái ly uống nước **29** 6

cái mái chèo **59** 3

cái mái hiên **27** 6

cái mái nhà, cái nóc nhà **27** 4

cái mai (rùa) **65** 18a

cái màn cửa **28** 23, **32** 10

cái máng ăn, máng cỏ **81** 25

cái máng xối **27** 10

cái mành cửa **32** 12

cái máy ảnh, máy chụp hình **100** 8

cái máy biến điện **80** 25

cái máy cassette **100** 22

cái máy cắt cỏ **27** 12

cái máy cưa đĩa **36** 20

cái máy cưa lọng **36** 3

cái máy chiếu phim, máy rọi phim **100** 16

cái máy chiếu phim slide **100** 13

cái máy chơi đĩa compact **100** 28

cái máy đánh giấy nhám **37** 26

cái máy điện-toán **83** 16

cái máy điện-toán cá-nhân **100** 31

cái máy điện-thoại **83** 15

cái máy điều-hòa không khí, máy lạnh **32** 11

cái máy điều khiển ở xa **28** 17

cái máy đọc vi-phim **47** 14

cái máy đóng đinh kẹp **83** 27

cái máy giặt quần áo **35** 30

cái máy gọt viết chì **76** 20, **83** 30

cái máy hút bụi **35** 16

cái máy in, máy điện án **83** 4

cái máy in ảnh **83** 24

cái máy kéo **81** 15

cái máy khám-phá kim-khí **56** 10

cái máy khám phá khói **33** 15

cái máy khoan điện **37** 43

cái máy khoan răng **39** 15

cái máy liên-hợp, máy gặt đập **81** 17

cái máy may **101** 1

cái máy nướng bánh mì **30** 16

cái máy phát điện **80** 21

cái máy quang-tuyến **56** 11

cái máy quay dĩa hát **100** 18

cái máy quay phim **100** 15

cái máy quay phim video **100** 1

cái máy quay phim video loại nhỏ **100** 2

cái máy ra-đi-ô **100** 21

cái máy rọi hình **76** 27

cái máy rửa chén **30** 1

cái máy sao tài-liệu, máy in tài-liệu **47** 18

cái máy sấy quần áo **35** 24

cái máy sấy tóc **34** 26

cái máy Sony Walkman **100** 30

cái máy stereo cassette **100** 25

cái máy tính **83** 19

cái máy tính **100** 34

cái máy tháo đinh kẹp **83** 29

cái máy thâu băng video, máy vi-xi-a **100** 4

cái máy truyền-hình, ti-vi **100** 5

cái máy xay gió **80** 19

cái máy xay trái cây **30** 12

cái mặt nạ **91** 35

cái mặt sau **23** 19

cái mẫu **101** 7

cái mền, cái chăn **32** 20

cái mền bông **32** 22

cái móc **32** 1, **36** 16

cái móc áo **32** 2

cái móc gài, cái khoen **23** 17

cái móc và cái khoen **101** 14

cái mỏ (chim) **64** 24a

cái mỏ chim **64** 3a

cái mỏ-lết đầu dẹt **36** 12

cái móng **67** 35b

cái móng gảy đàn **98** 11a

cái móng vuốt **68** 2a

cái móng vuốt (của con chó) **69** 29a

cái mô-ni-tơ **100** 32

cái mở nút chai **16** 17

cái mũ **19** 18

cái mũ bảo-vệ đầu **94** 14

cái mũ bê-rê **19** 22

cái mũ của cầu-thủ **92** 14

cái mũ của người đánh banh **92** 6

cái mũ cứng của thợ, mũ sắt **21** 28

cái mũ che đầu khi tắm **34** 3

cái mũ chụp đầu **19** 2

cái mũ đội đi trợt tuyết **19** 16

cái mũ đồng-phục **21** 43

cái mũ lưỡi trai **92** 11

cái mui xe, nắp đậy máy xe **51** 47

cái mũi máy bay **57** 8

cái muỗng **29** 8

cái nạng **39** 7

cái nắp **30** 9

cái nắp bánh xe **50** 36

cái neo **58** 24

cái nệm ghế **28** 24

cái nền nhà **32** 29

cái nền nhà, móng nhà **82** 11

cái nĩa **29** 12

cái nịt bụng của đàn bà **22** 14

cái nón sắt **52** 7

cái nón sắt, nón cối **82** 4

cái nôi **33** 26

cái nồi **30** 13

cái nồi bằng sành, cái nồi đất **30** 14

cái núm vú **33** 18

cái núm vú (cho em bé ngậm
   khỏi khóc) **33** 22

cái nút, cúc **20** 3

cái nút cắm điện **37** 43d

cái nút chai **16** 18

cái nút măng-sét **23** 12

cái ngà (voi) **66** 17b

cái ngăn đá trong tủ lạnh **30** 20

cái ngăn để bao tay **50** 20

cái ngắt điện, công-tắc **37** 43c

cái nhà cho búp-bê **33** 25

cái nhà để chứa dụng cụ **27** 28

cái nhà xe **27** 2

cái nhãn hiệu **46** 21

cái nhíp **78** 32

cái ống chích **39** 27

cái ống khói **80** 22

cái ống khói lò sưởi **27** 9

cái ống nghe ngực **39** 9

cái phao **58** 16

cái phao cứu đắm **90** 9

cái phễu **78** 17

cái phong-bì máy bay, bì thơ đi máy bay **46** 16

cái quạt trần **28** 1

cái quày trong nhà bếp **30** 27

cái quần **20** 4

cái quần bó ống **19** 14

cái quần jean (xanh) **19** 6

cái quần nịt bụng của đàn bà **22** 15

cái quần nịt của thể-thao-gia **22** 4

cái quần ngắn thể-thao, quần đùi **20** 14

cái quần (nhung corduroy) **21** 27

cái quần rút mồ hôi **20** 10

cái quần sọt, cái quần ngắn đàn ông **22** 2

cái quần tắm **91** 33

cái quần xi-líp đàn ông, cái quần
   lót đàn ông **22** 3

cái rá **30** 7

cái rổ **92** 20

cái rổ, giỏ bỏ giấy **34** 13

cái rổ đựng đồ picnic **88** 13

cái rổ đựng quần áo giặt **35** 29

cái rổ đựng thư đến **83** 12

cái rờ-ve áo tây **20** 1

cái rương đựng đồ chơi **33** 29

cái sàn gỗ **27** 5

cái sạp bán giải-khát **90** 2

cái soong **30** 8

cái sống chén **30** 2

cái sừng **66** 16a, **67** 35a

cái tã bằng giấy **33** 12

cái tã bằng vải **33** 13

cái tách **29** 20

cái tay ngắn **21** 21

cái tổ, ổ (chim) **64** 31

cái tủ áo **32** 3

cái tủ để chén bát **29** 2

cái tủ để chén dĩa **30** 22

cái tủ đựng hồ-sơ **83** 21

cái tủ đựng thuốc, tủ thuốc **34** 14

cái túi **21** 41

cái túi đựng đồ-đạc mang sau lưng **89** 28

cái tủ lạnh **30** 19

cái tủ phòng ăn, tủ đựng muỗng nĩa **29** 29

cái thác, ghềnh **89** 17

cái thác nước **80** 11, **89** 18
cái thang **35** 1, **42** 1, **82** 8
cái thang cứu hỏa **42** 4
cái thang máy **45** 17, **80** 9
cái thang máy để đưa người hái
  trái cây **82** 18
cái thang trượt cho trẻ em **87** 12
cái thước dây **36** 21
cái thước thợ mộc **36** 1
cái tháp làm nguội **80** 16
cái thắng **50** 26, **52** 17
cái thắng nguy-cấp **50** 15
cái thắng tay **52** 24
cái thùng **58** 7
cái thùng, cái vựa **15** 16
cái thùng đồ nghề **36** 23
cái thùng đựng đá **91** 41
cái thùng đựng quần áo dơ **34** 28
cái thùng đựng rác **35** 31
cái thùng rác **87** 11
cái thùng trẹt, cái dĩa đựng sơn **37** 28
cái thùng xăng **50** 34
cái thùng xe **51** 40
cái thụt cầu tiêu **35** 14
cái thước dây **101** 15
cái trần nhà **28** 2
cái trống **98** 19
cái trống bongo **98** 22
cái trống conga **98** 20
cái trống pô-rô-vang **98** 17
cái trục cán bột **30** 25
cái trục lăn sơn **37** 29
cái trứng **64** 13
cái ủng lội nước, giày ống lội nước
  (của người đi săn) **88** 10
cái váy, cái cũng **21** 36
cái váy lót **22** 8
cái va-li **56** 7
cái về xe **50** 19, **52** 10
cái vĩ **98** 7a
cái ví đàn bà **21** 23
cái ví đeo vai của đàn bà **21** 35
cái ví tiền **20** 9
cái vỉ nướng thịt **88** 12
cái vỏ sò **91** 40
cái vỏ xe, bánh xe **50** 37
cái vòi **66** 17a

cái vòi, ống phun **42** 17
cái vòi bánh xe **52** 27
cái vòi chích **63** 8a
cái vòi nước uống **87** 19
cái vòi tưới nước **87** 14
cái vòng đeo cổ **23** 6
cái vòng đeo tay, chiếc xuyến **23** 9
cái vòng quay ngựa gỗ **87** 5
cái vòng treo màn bồn tắm **34** 2
cái võng **27** 11
cái vợt **94** 2, **94** 29
cái vợt bóng bàn **94** 18
cái xà-lang **58** 12
cái xe cút-kít **27** 32, **82** 23
cái xe chở than trong mỏ than **80** 8
cái xe đẩy dụng-cụ đánh gôn **95** 8
cái xe đẩy em bé **33** 14, **45** 27
cái xe đẩy hành-lý **56** 6
cái xe lăn tay **39** 2
cái xe tải thư **46** 5
cái xe tập đi **33** 23
cái xe trộn xi-măng **82** 25
cái xe ủi đất **82** 27
cái xẻng **27** 31, **82** 15, **90** 17
cái xi-líp đàn bà **22** 12
cái xi-líp đàn bà loại nhỏ **22** 11
cái xích-đu **33** 24
cái xô **35** 15
cái xô, cái thùng đựng nước **90** 16
cái xúc thức ăn **27** 21
cái yếm, cái nịt vú **22** 13
cái yếm rãi **33** 20
cái yên **52** 16
cái yên ngựa **94** 20
cánh **11** 22, **61** 35a
cánh buồm **59** 9
cánh cửa sổ, cửa chớp **27** 8
cánh hoa **60** 18b
cánh tay **4** 6
cánh tay trên **4** 7
cánh tay trước **4** 9
cạnh **79** 10
cạnh đáy, đường đáy, đường chân **79** 7
cạnh huyền, đường huyền **79** 24
cành (nhỏ) **61** 33a
cảnh-sát công-lộ **44** 10
cao **24** 11

cao-nguyên **88** 1
cạo **26** 15
cào (lá cây) **26** 10
cào (tuyết) **26** 13
cát **91** 31
cằm **4** 3
căn-cứ **93** 6
cẳng **11** 20
cắt **31** 9
cắt, xén **26** 8
cắt cỏ **26** 6
cắt lát **31** 10
cắt thịt **31** 6
cắm trại **89**
cầm, giữ **17** 12
cần chỉ quẹo phải quẹo trái **50** 11
cần đánh banh **92** 5
cần-trục **58** 23
cất cánh **57** B
câu cá **88**
cậu **3** 3
cậu giao hàng, người giao hàng **85** 10
cầu chì điện **35** 5
cầu ngang xa-lộ **53** 3
cầu tàu **58** 3
cầu-thủ chận banh bên phải **93** 29
cầu-thủ chận banh bên trái **93** 25
cầu-thủ chính **93** 32
cầu-thủ thiếu-niên **92** 8
cây **61** 35
cây ăn quả, cây ăn trái **81** 2
cây bách-dương **61** 30
cây bắp, ngô, bắp **60** 24
cây bút chì, cây viết chì **76** 24
cây cà móng tay **23** 24
cây cản giường **33** 5
cây chống xe **52** 9
cây-cối **61**
cây du **61** 36
cây dù **21** 24
cây dù dùng trên bãi biển **90** 21
cây dương-đào **61** 28
cây đà thăng-bằng **94** 24
cây đèn cầy, đèn nến **29** 27
cây đinh ốc **37** 42
cây gậy cảnh-sát **43** 9
cây gậy đánh gôn **94** 9, **95** 5

cây gậy đánh khúc-côn-cầu **92** 18

cây gậy trượt tuyết **94** 34, **95** 14

cây kè (cùng loại với cây dừa,
    cây thốt-nốt) **61** 26

cây kim **39** 26

cây kim băng, kim găm **33** 11

cây kim găm **101** 20

cây kim may **101** 18

cây kim máy hát **100** 19

cây khuynh-diệp **61** 27

cây làm cảnh trong nhà, cây kiểng **61** 39

cây liễu **61** 31

cây lúa, lúa, gạo, cơm **60** 21

cây lúa mạch, lúa mạch **60** 23

cây lúa mì, lúa mì **60** 22

cây mía **60** 20

cây mộc-lan **61** 29

cây ô-rô **61** 37

cây phong **61** 32

cây quấn bông gòn **33** 10

cây redwood, cây gỗ đỏ **61** 25

cây sồi **61** 33

cây sồi độc **61** 43

cây súng **43** 7

cây thông **61** 34

cây thù-du độc **61** 44

cây thước **76** 23

cây treo màn **34** 1

cây trường-khế, cây phong **61** 38

cây trường-xuân độc **61** 45

cây vặn vít **37** 24

cây vặn vít bốn chấu, cây vặn vít
    phillips **37** 25

cây viết chì kẻ lông mày **23** 26

cây xương rồng **61** 40

cò, con tem **46** 10

có gió **25** 13

có mây **25** 2

có sương mù **25** 12

có tuyết **25** 3

cỏ **27** 15

cỏ súng **48** 22

cỏ và ngũ-cốc **60**

con bạch-tuộc **62** 6

con báo, con beo **68** 1

con bò **67** 32

con bò-cạp **63** 8

con bò con **67** 31

con bò mộng, con bò đực **67** 34

con bò rừng **66** 19

con bò sữa **81** 11

con bọ-hung **63** 10

con bọ-rùa **63** 14

con bù-nhìn **81** 19

con búp-bê **33** 28

con bướm **63** 3

con bướm đêm,
    con nhạy, con thiêu thân **63** 21

con cái **2** 7

con căng-gu-ru **66** 3

con cóc, con ếch **65** 17

con cọp **68** 2

con công **64** 18

con cua **11** 36, **62** 9

con cừu **66** 25, **81** 10

con cừu con, con chiên **66** 24

con cừu-trừ **66** 2

con châu-chấu **63** 6

con chó bẹt-giê, con chó chăn cừu **69** 28

con chó con **69** 27

con chó lông xù **69** 24

con chó săn **69** 26

con chó săn chồn **69** 25

con chó sói **69** 29

con chồn, con cáo **68** 6

con chồn hôi **68** 8

con chồn raccoon (con chồn nhỏ có
    mỏ nhọn và lông xám) **68** 7

con chuồn-chuồn **63** 4

con chuột **66** 7

con chuột nhắt **66** 9

con da-ma (một loài thú giống như con
    lạc-đà ở Nam Mỹ) **66** 15

con dán **63** 9

con dấu nhà bưu-điện **46** 9

con dê **66** 28

con dế **63** 5

con diều **91** 22

con dơi **66** 4

con đại-thử, con cô-la (ở Úc châu) **66** 1

con đội **51** 38

con đom-đóm **63** 17

con đười-ươi (ở đảo Borneo và
    Sumatra) **69** 18

con đười-ươi đen **69** 16

con đường **45** 31

con đường ngựa đua **95** 19

con gà **11** 24, **64** 23

con gà con **64** 22

con gà tây, con gà lôi **64** 20

con gà tây, gà lôi **11** 23

con gà trống, con gà sống **64** 21

con gái **2** 9, **3** 15

con gấu bằng vải nhồi bông gòn **33** 3

con gấu đen **69** 21

con gấu mèo **69** 20

con gấu trắng **69** 22

con gấu xám **69** 23

con hải-báo, con hải-cẩu **68** 12

con hải-ly, con thát **66** 12

con hải-mã **68** 11

con hải-tinh, con sao biển **62** 7

con hào **11** 33

con hào **62** 2

con heo, con lợn **67** 30

con hươu **67** 35

con hươu cao cổ **66** 29

con kiến **63** 12

con kỳ-đà **65** 13

con kỳ-nhông **65** 15

con khỉ **69** 14

con khỉ đột, con đười-ươi **69** 17

con lạc-đà **67** 33

con linh-cẩu, con chó sói (ở Á-châu và
    Phi-châu) **69** 30

con lừa **66** 23

con lươn **65** 4

con mèo **68** 4

con mèo con **68** 5

con mối **63** 11

con mực **62** 5

con muỗi **63** 13

con nai **66** 26

con nai con **66** 27

con nòng-nọc **65** 16

con ngao **11** 35, **62** 10

con nghêu **11** 32

con ngỗng **64** 26

con ngựa **66** 21

con ngựa con, con ngựa tơ **66** 20, **66** 22

con ngựa trời **63** 7

con ngựa vằn **66** 18
con ngươi **5** 48
con nhện **63** 16
con nhím **66** 11
con ong **63** 19
con ong vò-vẽ **63** 20
con ốc sên **62** 4
con rái cá **68** 10
con rắn **65** 9
con rắn hổ-mang **65** 11
con rắn mối **65** 14
con rắn rung chuông **65** 10
con rết **63** 22
con rùa **65** 12, **65** 18
con ruồi **63** 18
con sâu bướm **63** 1
con sên **62** 1
con sóc **66** 10
con sóc đất **66** 6
con sứa **62** 12
con sư-tử **68** 3
con tán, đai ốc **37** 39
con tây-ngu, con tê-giác **66** 16
con tôm **11** 31, **62** 8
con tôm hùm **11** 30, **62** 13
con thiên-nga, con ngan **64** 28
con thỏ **66** 13
con thú ăn kiến **66** 5
con trai **2** 8, **3** 16
con trâu nước **66** 14
con trùng **62** 11
con vật bằng vải nhồi bông gòn **33** 27
con vẹm (một loài hến) **11** 34, **62** 3
con vịt **11** 25, **64** 25
con voi **66** 17
con vượn **69** 15
con vượn lớn (ở Phi-châu và Nam
    Á-châu) **69** 19
cọng **60** 1a
cô **3** 6
cô gái chăn bò **81** 22
cô giáo, giáo-viên, giáo-sư **76** 4
cô hầu bàn **16** 2
cô hầu rượu **16** 32
cô y-tá **39** 19
cổ **4** 4
cổ chân **5** 49

cổ họng **5** 59
cổ tay **4** 21
côn-trùng chích **40** 3
cồn cát, đụn cát **90** 12
công-việc trong công-xưởng **85** C
cổng thâu thuế qua đường **63** 27
cột, buộc **77** 12
cột buồm **59** 8
cột chèo **59** 21
cởi **97** 13
cũ **24** 14
củ (cây hoa) **60** 8a
củ cải, củ xu-hào **7** 34
củ cải đỏ **7** 29
củ cải đường **7** 33
cục tẩy, cục gôm **76** 21
cục than luyện **27** 23
cùi chõ **4** 8
cung **16** 79
cuộn **12** 11
cuộn băng cassette **100** 26
cuộn băng dây điện **37** 34
cuộn băng keo **46** 22
cuộn băng vải co-dãn **40** 13a
cuộn băng video **100** 3
cuộn chỉ, cuộn len **101** 24
(cuộn) phim **100** 10, **100** 17
cuốn sách (học) **76** 26
cuốn sổ ghi địa chỉ **83** 14
cuốn tập có khoen, cuốn vở
    có khoen **76** 14
cuốn tập trôn-ốc, cuốn vở trôn-ốc **76** 15
cuốn tự-điển **47** 24
cuốn tự-điển bách-khoa **47** 25
cuống **8** 2a
cửa hành-lý **57** 13
cửa sổ bán vé **55** 19
cửa sổ nơi thành tàu **58** 21
cương ngựa, sợi dây cương **94** 22
cha **3** 5
cha mẹ **2** 6
chà **38** 2
chả giò **18** 25
chai **12** 3
chai sữa **33** 17
cháu gái **2** 11, **3** 14
cháu trai **2** 12, **3** 13

chạy **96** 6
cháy, đốt **17** 14
chấm **24** 19
chân **4** 17
chật **24** 3
chè **26** 11
chén **12** 6
chén, bát **12** 23
chén dĩa **29** 1
chị **3** 10
chị dâu **3** 8
chỉ len để thêu hay dệt **101** 31
chích **41** 8
chiếc bao tay **92** 12
chiếc bè **89** 16
chiếc ca-nô **59** 2
chiếc đũa của nhạc-trưởng **99** 9
chiếc nhẫn **23** 2
chiếc nhẫn cưới **23** 4
chiếc nhẫn đính-hôn **23** 3
chiếc phà **58** 17
chiếc tàu kéo **58** 13
chiếc tàu không-gian **75** C, **75** 14
chiếc thuyền buồm **59** 4
chiếc thuyền buồm nhỏ **59** 15
chiếc xuồng cứu đắm **90** 10
chiên, xào **31** 15
chiến-đấu-cơ, phi-cơ chiến-đấu **48** 1
chiều cao **79** 34
chiều dài **79** 36
chiều ngang, chiều rộng **79** 35
chiều sâu **79** 33
chim bạch-yến, chim kim-tước **64** 14
chim bồ-câu **64** 1
chim bồ-nông **64** 24
chim cò, con cò **64** 30
chim cu đất **64** 32
chim cú **64** 6
chim diều-hâu **64** 7
chim đà-điểu **64** 12
chim gỏ kiến **64** 17
chim hải-âu **64** 4
chim hồng-lạc **64** 29
chim két, con vẹt **64** 16
chim két nhỏ, con vẹt nhỏ **64** 15
chim lông đỏ **64** 11
chim quạ, con quạ **64** 3

chim sáo, con sáo **64** 9

chim sâu **64** 2

chim sẻ **64** 10

chim trĩ **64** 19

chim ưng, chim phượng-hoàng **64** 5

chim xanh **64** 8

chim xi-nga **64** 27

chi-phiếu **15** 27

cho dầu **38** 12

chỗ mắc dây điện-thoại **32** 26b

chòm sao (Đại-hùng) **74** 3

chong chóng **57** 2a

chỗ cắm dây đất **36** 7

chỗ cắm điện **36** 6

chỗ dựng xe, chỗ để xe **52** 14

chỗ đậu xe tắc-xi **55** 28

chỗ để hành-lý **56** 21

chỗ đi cầu **34** 29

chỗ neo thuyền, chỗ neo tàu **59** 19

chỗ ngồi của bồi-thẩm-đoàn **43** 20

chỗ ngồi của cầu-thủ **93** 13

chỗ ngồi của nhân-chứng **43** 18

chỗ ngồi riêng biệt **16** 9

chỗ tựa đầu, chỗ gối đầu **50** 35

chỗ tựa tay **50** 3

chồng **2** 3, **3** 12

chợ trái cây và rau cải **45** 28

(chuỗi) hạt cườm **23** 7

chu-vi **79** 17

chuyên-viên bán nhà, đại-lý địa-ốc **85** 5

chuyền **96** 5

dài **24** 2

dàn phóng **75** 15

Dãy Hi-mã-lạp-sơn **71** 47

Dãy Núi Alps **71** 44

Dãy Núi Andes **71** 43

Dãy Núi Appalachian **71** 41

Dãy Núi Caucasus **71** 45

Dãy Núi Rocky, Dãy Núi Đá **71** 40

Dãy Núi Sierra Madre **71** 42

Dãy Núi Urals **71** 46

dấu tay **43** 24

dầu ăn với xà-lách, **18** 12

dầu cặn **80** 34

dầu máy **80** 33

dầu thoa **41** 9

dầu thơm **23** 27

dầu thơm em bé **33** 6

dầu xăng **80** 28

dầu xức nắng **91** 39

dầu xức sau khi cạo râu **23** 21

dây ăng-ten **51** 46, **62** 1b

dây ăng-ten ti-vi **27** 3

dây cáp **52** 23

dây câu **88** 8

dây điện **37** 35

dây điện-thoại **32** 26a

dây đồng-hồ **23** 11

dây kéo **59** 11

dây leo **61** 42

dây neo **58** 25

dây nịt an-toàn **50** 23

dây nối điện **36** 5

dây phẹt-mờ-tuya **101** 16

dây quạt **51** 53

dây thắt lưng **21** 16

dây xích **52** 18

dép mang trong nhà **22** 18

dệt **101** 30

dĩa phòng thí-nghiệm, dĩa đá **78** 3

(dịch-vụ) ngân-hàng **86** B

dịch-vụ trong nhà **85** B

diễn-viên, người tài-tử **99** 19

dọn bàn **17** 6

dòng suối, dòng sông nhỏ, dòng
    nước **6** 88

dồi, xúc xích **10** 7

dơ, bẩn **24** 5

du-khách **56** 3

dụng-cụ **39** 13

dưa chuột, dưa leo **7** 20

dưa chuột ngâm dấm dầu trộn
    xà-lách **18** 8

dược-sĩ **84** 1

Dương-tử-giang, sông Dương-tử **71** 69

đá **88** 11, **96** 3

đài chuyển điện **80** 23

đài kiểm-soát **57** 20

đan **101** 22

đàn ác-mô-ni-ca **98** 30

đàn an-tô **98** 8

đàn bà **2** 1

đàn bát **98** 10

đàn băng-jô **98** 5

(đàn, bầy) bò, trâu bò **81** 20

đàn có dây **98**

đàn dương-cầm **98** 1

đàn ghi-ta **98** 11

đàn ghi-ta điện **99** 26

đàn ghi-ta Hạ-oai bốn dây **98** 3

đàn hạc **98** 6

đàn măng-đô-lin **98** 4

đàn ông **2** 2

đàn phiến gỗ, đàn mộc-cầm **98** 31

đàn phong-cầm (dùng trong nhà thờ) **98** 29

đàn vĩ-cầm **98** 7

đàn vi-ô-lông-xên **98** 9

đàn xếp, đàn accordion **98** 28

đánh (trứng) **31** 8

đánh bóng **38** 3

đánh máy **77** 10

đánh trúng **96** 1

đào **26** 3

đáp xuống mặt trăng **75** B

đau bụng **40** 7

đau lưng **40** 8

đằng sau (cái ghế) **102** 9

đặt (bàn) **17** 8

đậm **24** 10

đập (trứng gà) **31** 7

đầu **4** C

đầu gối **4** 19

đậu hòa-lan **6** 17

đầu máy xe chữa lửa,
    đầu máy xe cứu hỏa **42** 2

đậu đen **6** 14

đậu nướng **18** 3

đậu ngự **6** 16

đậu phộng, lạc **9** 28

đậu que **6** 15

đậu thận, đậu đỏ **6** 13

đẩy **26** 12

đèn đường **45** 29

đèn flash **100** 7

đèn sân-khấu **99** 4

đề-mục, chủ-đề **47** 10

đến, tới (sân) **103** 9

đi **77** 8

đi bè **89**

đi vào, đi vô **77** 14

địa-chỉ **46** 11

địa-chỉ người gửi **46** 8

địa-điểm xây-cất **82** A

Địa-trung-hải **70** 24

điểm phát bóng **95** 13

điện **80** 32

điện-thoại công-cộng **44** 7

điện-thoại-viên, người điều khiển tổng-đài điện-thoại **83** 1

điếu thuốc lá **16** 31

đỉnh **79** 21

đo-lường **79** E

đọc **77** 4

đóng **24** 16

đóng, khép **77** 5

đóng nước đá, đóng băng **25** 16

đồ biển **11** C

đồ buồng tắm và trang-điểm **23** B

đồ chùi nồi **30** 11

đồ dùng trong nhà **15** 15

đồ khui hộp **30** 4

đồ mở chai **30** 6

đồ tập thể-dục rừng (vượt chướng-ngại-vật) **87** 17

đồ tưới nước **27** 13

đồ thêu **101** 27

đồ trang-bị **89** 27

đổ, trút **31** 4

đòi **88** 4

đông đá **25** 11

đông, phương đông **71** 73

đồng cỏ **81** 6

động-cơ phản-lực **57** 11

đồng hai mươi lăm xu **12** 30

đồng mười xu **12** 29

đồng năm xu **12** 28

đồng-phục **21** 45, **92** 9

đơn-vị chỉ-huy **75** 8

đơn-vị đáp xuống mặt trăng **75** 7

đơn-vị 6 loong, đơn-vị 6 chai **12** 13

đùi **4** 18, **11** 9

đút lò, nướng (bánh) **31** 14

đưa, trao, cho **17** 9

đường (bịch, gói) **16** 13

đường bán-kính **79** 14

đường cong **79** 3

đường chạy **94** 32

(đường) chéo **79** 20

đường dành cho người chạy **87** 9

đường dành cho ngựa đi **87** 7

đường dây điện **80** 24

đường kẻ **79** A

đường kính **79** 12

đường lăn bóng **95** 12

đường may nối **101** 10

đường ném bóng **94** 4

đường ngăn giữa xa-lộ **53** 18

đường ra khỏi xa-lộ **53** 2

đường rãnh **94** 3

đường rầy **54** 10

đường song song **79** 4

đường thẳng **79** 1

đường thẳng góc **79** 2

đường thông (cho thang máy) **80** 10

đường vào xa-lộ **53** 21

đường viền **101** 11

đường xe ra vào **27** 1

đường xích-đạo **71** 70

em bé **2** 5

em họ **3** 7

eo, chỗ thắt lưng **4** 13

gà chiên **18** 29

gà vịt **11** B

gạch lót nền nhà **34** 27

gai **60** 18c

gan **5** 65

gãy xương **40** 15

gân máu, tĩnh-mạch **5** 68

ghế cao cho trẻ em **16** 8

ghế riêng đặc-biệt **99** 11

gò má **4** 35

góc **44** 3

góc nhọn **79** 8

góc tù **79** 5

góc vuông **79** 23

gói **12** 4

gọi thức ăn **17** 5

gót chân **5** 50

gọt vỏ **31** 5

gỗ **36** 4

gôn, khung thành **92** 25

giải-phẫu **41** 2

giàn giếng dầu **80** 2

giao bóng **96** 2

giày **21** 49

giày cao gót **21** 25

giày đi mưa **19** 25

giày không cột giây **21** 42

giày ống **19** 21

giày ống (của thợ xây cất) **21** 32

giày ống đi rừng **19** 9

giày ống trượt tuyết **95** 15

giày săn-đanh **21** 19

giày thể-thao **20** 11

giày trợt nước đá **19** 15

giày trượt băng **94** 26

giây phơi quần áo **35** 19

giấy (rời) **76** 13

giấy báo **47** 12

giấy chuyển xe **54** 4

giấy đi cầu **34** 30

giấy kẻ ca-rô **78** 11

giấy lọc **78** 16

giấy nhám **37** 27

giấy tính tiền **16** 14

giẻ lau **35** 4

giếng dầu **80** 1

gió **80** 4

giơ (tay) **77** 1

hạ-huyền, tuần trăng khuyết **74** 25

hải-đăng **58** 14

Hải-quân **48** 13

hàn-thử-biểu **25** 5, **78** 22

hàng **47** 11, **81** 18

hàng-hóa **58** 10

hàng-không mẫu-hạm **48** 4

hàng rào **81** 9

hàng vải **101** 4

hành **7** 31

hành-khách **54** 6, **55** 25

hành-khách đường ngắn **55** 17

hàng-lang **14** 10, **76** 12

hành-lang, lối đi **56** 23

hành-lý **56** 8

hành-tinh nhỏ **74** 20

hạt đào lộn hột **9** 27

hạt dẻ **9** 30

hạt dẻ tây **9** 32

hạt hạnh-nhân **9** 31

hạt hồ-đào **9** 29

Hắc-hải **70** 26

hầm tàu **58** 8

hấp **31** 12

hầu bàn **17** 3

hẻm núi **88** 3

hệ-thống đường vòng ra vào xa-lộ **53** 4

hệ thống xit-tê-rê-ô **28** 20

hình bầu-dục **79** 18

hình chóp **79** 25

hình lập-phương, hình khối **79** 27

hình nón **79** 28

hình tam-giác, hình ba góc **79** 6

hình tam-giác vuông **79** 22

hình tròn **79** 11

hình trụ **79** 26

hình vuông **79** 9, **79** 19

hoa bách-nhựt **60** 13

hoa cơ-rô-cốt, hoa kỳ-phù-lam **60** 9

hoa cúc **60** 4

hoa cúc trắng **60** 5

hoa cúc vàng **60** 6

hoa dạ-hương-lan **60** 10

hoa diên-vỹ **60** 11

hoa hồng **60** 18

hoa huệ **60** 3

hoa hướng-dương **60** 19

hoa lan **60** 12

hoa nút vàng **60** 17

hoa păng-xi, hoa tử-la-lan **60** 2

hoa pê-tu-ni-a, hoa dã-yên-thảo **60** 7

hoa poinsettia (loại hoa có lá màu đỏ đậm
   và hoa nhỏ màu vàng) **60** 15

hoa-quả và rau **14** 9

hoa sơn-chi, hoa dành **60** 14

hoa tím, hoa đồng-thảo **60** 16

hoa tu-líp, hoa uất-kim-hương **60** 1

hoa thủy-tiên **60** 8

hỏa-tiễn **75** 13

Hoàng-hà **71** 68

Hoàng-hải **70** 37

học-sinh **76** 19

hông **4** 16

Hồng-hải, Biển Đỏ **70** 29

hộp **12** 2, **12** 12

hộp đựng tiền xe **54** 5

hộp thư, thùng thư **46** 1

hột **8** 8c, **9** 37a

hột nút, cái cúc **101** 9

hơi đốt propane (chứa trong thùng) **80** 30

hơi đốt thiên-nhiên **80** 29

hơi nóng **80** 27

huấn-luyện-viên **93** 21

hút bụi **38** 14

huy-hiệu **43** 5

in hoa, bông **24** 21

kem cạo râu **23** 22

kem lạnh sân-đê **18** 23

kèn clarinet **98** 16

kèn đồng **98**

kèn fagot **98** 14

kèn ô-boa **98** 15

kèn sáo bằng gỗ **98**

keo **37** 33

keo dán **76** 17

kệ, giá **47** 17

kế-toán-viên **86** 18

(kiện) cỏ khô, rơm khô **81** 13

kiến phản-chiếu **52** 25

kiến-trúc-sư **86** 8

kim đan **101** 25

kim thêu móc, kim cờ-rô-sê **101** 29

kính bảo-vệ mắt, kính che mắt **78** 12

kính hiển-vi **78** 30

kính lăng-trụ **78** 1

kỹ-sư **55** 15

kỹ-sư phi-hành **56** 17

khách-hàng **15** 17

khách-sạn cho người lái xe hơi **90** 3

khán-đài **93** 10

khán-thính-giả **99** 15

khay đựng phấn **76** 9

khăn ướt lau em bé **33** 8

khí-cầu **57** 5

kho thóc-gạo **81** 5

khoai mỡ, khoai lang **7** 24

khoai tây **7** 23

khoai tây chiên **18** 4, **18** 24

khoai tây đút lò **18** 20

khoai tây nghiền **18** 17

khói **42** 15

khởi (cái lỗ) **103** 5

khô **25** 14

khối chữ và hình **33** 32

Không-quân **48** 19

khuấy **31** 1

khu ban-công **99** 14

khu báo-chí **47** 15

khúc gỗ **28** 10

khu dịch-vụ **53** 11

khu gác lửng **99** 13

khu ghế ngồi gần dàn nhạc **99** 12

khu hành-khách **56** 19

khu nghỉ-nhơi **75** 11

khu tham-khảo **47** 21

khu-vực picnic **88**

khuôn đích **93** 15

lá **61** 36a

lá cờ **76** 1

lá cờ **82** 20

lá cờ **95** 9

lá lách, tụy tạng **5** 71

lá (thông), kim **41** 36a

lá thư **46** 7

lái **97** 15

làm đường **82** B

lạnh **25** 10

lau, chùi **38** 5

lau bụi **38** 15

lau chùi **26** 2

lau khô **38** 9

lặn **97** 14

lẫn đáy **95** 4

lẫn giao bóng **95** 3

lẫn ngoài **93** 9

lâu-đài cát **91** 32

lấy, nhận **17** 10

len **101** 23

leo núi **89**

lề đường **45** 26

lề đường, lối người đi bộ **45** 25

lên (đồi, dốc) **103** 11

lên giữa, đường lẫn ở giữa **53** 6

lên máy bay **56**

lên mặt, đường lẫn bên mặt **53** 7

lên trái, đường lẫn bên trái **53** 5

lính cảnh-sát **43** 6

lính chữa, lính cứu hỏa **42** 10

lính gác công-viên **88** 5

lính giữ an ninh **86** 14

lính thủy **48** 14

lò phản-ứng hạt-nhân,
   lò phản-ứng nguyên-tử **80** 13

lọ, chai **12** 9

loài có vú có bọc, không răng, hay biết bay **66**

loài có vú sống dưới nước **68**

loài gặm nhấm **66**

loài vật có móng **66**

loài vật sống vừa dưới nước vừa trên cạn và loài bò sát **65** B

lõi, hạt **8** 2b

lõi, nòng **80** 14

lòng bàn chân **5** 51

lòng bàn tay **4** 29

lóng tay **4** 22

loong **12** 10

lỗ cống giữa đường **45** 32

lỗ mũi **4** 37

lỗ tháo nước **34** 9

lỗ thông hơi **50** 21

lối đi bằng ván, đường đi bằng ván **90** 1

lối đi dành cho người đi bộ **44** 4

lông (cứng như lông cánh chim) **66** 11a

lông chim **64** 7a

lông mày **5** 44

lông mi **5** 46

lớn **24** 8

lợt, nhạt **24** 9

luật-sư công-tố-viện **43** 17

luật-sư của bị cáo **43** 22

lục-sự tòa án **43** 14

luộc, nấu nước **31** 16

lửa **28** 9, **42** 5

lửa ngọn **29** 26

lửa trại **89** 31

lưng **4** 11

lưới dây kẽm **78** 6

lưới nhện, màn nhện **63** 15

lưỡi **4** 41

lưỡi dao cạo **23** 23

lưỡi lê **48** 24

lướt sóng **97** 12

lựu-đạn **48** 29

ly **12** 20

mạch nước phun **80** 5

mái chèo **59** 22

mang **26** 16

mang cá **65** 3c

mát **25** 9

may **101** A

may đường viền **101** 12

may mền bông **101** 32

máy bay cánh quạt, máy bay chong-chóng **57** 7

máy bay không động-cơ **57** 4

máy bay phản-lực tư-nhân **57** 3

máy bay trực-thăng **57** 2

máy điện-thoại **32** 26

máy điện-toán **76** 8, **100** E

máy dò không-gian **75** 4

máy đuôi tôm, máy thuyền **59** 12

máy hát dĩa **16** 12

máy hòa-âm **99** 21

máy tính tiền **15** 21

máy ti-vi **28** 18

máy trục, máy cần trục **58** 6

máy video **100** A

máy xe **51** F, **52** 32

măng tây **6** 18

mặt **4** 1

mắt **5** D

mắt bàm **40** 5

mặt nạ của người bắt banh **92** 3

mặt trăng **74** 9

mặt trời **74** 7, **80** 3

màu-sắc **104**

mẫu cắt **101** 6

mẹ **3** 4

miệng **4** 2

miếng **12** 22

miếng, lát **12** 21

miếng bắt nồi **30** 34

miếng bọt biển **34** 7

miếng lót ly **16** 27

miếng lót xông nóng **41** 3

miếng vải băng mỏng **39** 25

mí mắt **5** 45

mỏ than đá **80** 6

móng chân **5** 56

móng tay **4** 23

môi **4** 43

môi son **23** 29

mối chỉ **39** 21, **101** 19

môn bóng bàn **94**

môn bóng chuyền **92**

môn bóng rổ **92**

môn chạy đua, môn điền-kinh **94**

môn đánh gôn **94**

môn đánh võ **94**

môn đua ngựa **94**

môn khúc-côn-cầu nước đá **92**

môn lacrosse **92**

môn ném bóng **94**

môn ném bóng gỗ **94**

môn quần-vợt **94**

môn racquetball **94**

môn softball **92**

môn thể-dục thẩm-mỹ **94**

môn trượt băng **94**

môn trượt tuyết băng đồng **94**

môn túc-cầu **92**

môn túc-cầu, môn đá bóng **92**

mông đít **4** 15

móng mắt, lòng đen con mắt **5** 47

(một chùm) nho **8** 1

(một loài) chuột (ở Mỹ) **66** 8

(một nải) chuối **9** 20

một nửa, phân nửa **79** 30

một phần ba **79** 32

một phần tư **11** 18, **79** 31

mở **31** 3

mở, hở **24** 15

mới **24** 13

mù-tạt **18** 1

mùa đông **26**

mùa hè **26**

mùa thu **26**

mùa xuân **26**

múi **8** 8a

mũi **4** 36

mũi tàu **58** 5

muỗng nĩa **29** 22

mưa **25** 1

mức đến **95** 21

mực kẻ viền con mắt **23** 33

mứt nước trái cây (để ăn với bánh mì) **18** 31

nách **4** 10

nam, phương nam **71** 72

Nam-băng-dương **70** 14

nam-châm **78** 27

Nam-cực-châu **70** 7

Nam Đại-tây-dương **70** 12

Nam-hải **70** 39

Nam Mỹ **70** 2
Nam Thái-bình-dương **70** 10
nào **5** 57
nằm nghỉ **41** 1
nắng **25** 4
nắp đậy lỗ tháo nước **34** 10
nắp đậy (ống thử) **78** 10
nấm **7** 30
nấu **17** 4
ném **97** 10
nón sắt, nón đồng **42** 12
nóng **25** 7
nổ máy **50** 14
nông-trại trồng lúa mì **81** B
nơi để hành-lý **57** 12
nút bóp, nút bấm **101** 13
nữ diễn-viên, nữ tài-tử **99** 20
nữ-trang **23** A
nước **42** 16, **91** 30
nước ngọt **16** 11
nướng **31** 13
ngã, té **96** 7
ngã tư đường **44** 11
ngang qua (nước) **103** 6
ngang qua trên (chiếc cầu) **103** 8
ngăn để hành-lý **75** 9
ngăn kéo **47** 5
ngắn, cụt **24** 1
ngân-hà, thiên-hà **74** 1
ngân-phiếu **46** 18
nghe **77** 6
nghệ-sĩ, họa-sĩ **86** 3
ngoại từng không-gian **74** A
ngón chân **5** 54
ngón chân cái **5** 53
ngón chân út **5** 55
ngón tay cái **4** 24
ngón tay đeo nhẫn **4** 27
ngón tay giữa **4** 26
ngón tay (trỏ) **4** 25
ngón tay út **4** 28
ngọn lửa, lửa ngọn **78** 21
ngọn núi **89** 19
ngọn sóng **91** 24
ngôi sao, vì sao **74** 4
ngực **4** 12
người bán bông, người trồng bông **84** 11

người bán hàng **86** 12
người bán hàng (ở công-viên hay dọc
    đường) **87** 3
người bán rau-cải **84** 7
người bán thịt **84** 13
người bán xăng **53** 12
người bắt banh **92** 2, **93** 16
người bơi lội **91** 28
người con trai giữ cần đánh banh **93** 18
người cỡi ngựa **87** 6
người cứu đắm **90** 6
người chạy **91** 23, **94** 31
người chăn bò **81** 21
người chận banh giữa căn-cứ
    thứ hai và thứ ba **93** 5
người chận bóng bên phải **93** 3
người chận bóng bên trái **93** 1
người chận bóng ở giữa **93** 2
người chỉ chỗ ngồi trong rạp hát **99** 16
người chơi gôn **94** 10
người dọn bàn trong tiệm ăn **16** 3
người dọn nhà **49** 12
người đại-lý du-lịch **84** 4
người đánh banh **92** 7, **93** 14
người đánh đàn dương-cầm **99** 22
người đánh đàn ghi-ta chính **99** 25
người đánh đàn ghi-ta trầm **99** 23
người đánh trống **99** 27
người đặt đường dây (điện thoại) **82** 17
người đầu bếp **16** 1
người đi bộ, khách bộ-hành **44** 12
người đi bộ trong rừng **88** 2
người đi xe đạp **90** 4
người đi xe nhờ **53** 9
người đi trượt nước **59** 10
người đốc-công, người cai **85** 13
người đu bay **57** 6
người đưa tin **86** 19
người gác cửa **85** 11
người gác dan, người coi nhà, người gác
    cổng **85** 9
người giao hàng **49** 10
người giữ căn-cứ thứ ba **93** 4
người giữ căn-cứ thứ hai **93** 7
người giữ căn-cứ thứ nhứt **93** 8
người giữ gôn, thủ-thành **92** 24
người giữ nhà, người quản-gia **85** 8

người hầu bàn **16** 5
người làm việc kinh-doanh **86** C
người làm vườn **85** 3
người lính **48** 16
người lính không-quân **48** 20
người lính thủy-quân lục-chiến **48** 18
người lướt gió **59** 14
người mẫu **86** 5
người múa, vũ-công, vũ-nữ **99** 3
người nài, con nài **94** 21
người ném banh **93** 12
người nông-phu, người làm ruộng **81** 7
người nhạc-trưởng **99** 8
người pha rượu **16** 21
người phát tin, người đọc tin-tức, xướng-
    ngôn-viên **86** 2
người phát thư **46** 3
người phu vác hành-lý **56** 5
người quản-đốc, giám-đốc **83** 18
người soát vé **54** 7
người tắm nắng **90** 19
người tính tiền **15** 22
người thư-ký **83** 11
người thư-ký đánh máy **83** 6
người thư-ký sắp xếp hồ-sơ **83** 23
người thư-ký thư-viện **47** 1
người thủ-quỹ, người phát và nhận tiền ở
    ngân-hàng **86** 15
người trọng-
    tài **92** 1, **93** 17, **93** 22, **94** 16
người trượt tuyết **94** 35
người vẽ kiểu áo thời-trang **86** 6
người viết chương-trình điện-toán **86** 16
người xây-cất, người chủ thầu **82** 5
ngư-phủ, người đánh cá **58** 2
nguyên **79** 29
nguyên con **11** 27
nguyên con (gà) **11** 16
nguyên màu **24** 20
nguyệt-thực **74** 6
nha-sĩ **39** 17
nhà bưu-điện **44** 9, **46** B
nhà đậu xe **45** 19
nhà ga **55** 18
nhà ga ở bến tàu **58** 29
nhà ga ở phi-trường **57** 16
nhà ga xe điện ngầm **44** 16

nhà hai từng kiểu thuộc-địa **27** B

nhà khí-tượng-học, người dự-báo thời-tiết **86** 1

nhà máy lọc dầu **80** 12

nhà một từng, nhà trại **27** A

nhà trại, nông trại **81** 3

nhà tù, nhà lao **43** 1

nhạc-cảnh hài-hước **99** B

nhạc-cụ đánh gô **98**

nhạc-sĩ **99** 10

nhảy **96** 8

nhảy lên, bật lên, vòng, tung lên **97** 11

nhân-chứng, người làm chứng **43** 13

nhân-sự **48** B

nhân-viên an-ninh, nhân-viên giữ trật-tự **56** 9

nhân-viên bệnh-viện **39** 8

nhân-viên bưu-điện **46** 14

nhân-viên công-xưởng **85** 12

nhân-viên (ngân-hàng) **86** 13

nhân-viên phi-hành **56** 20

nhân-viên tòa án **43** 19

nhân-viên thu hình (cho đài truyền hình) **86** 10

nhân-viên vệ-sinh **49** 7

nhật-thực **74** 10

nhiếp-ảnh **100** B

nhiệt-độ **25** 6

nhỏ **24** 7

nhức đầu **40** 6

nhức răng, đau răng **40** 9

những ngày trong tuần **104**

những tháng trong năm **104**

ổ (bánh mì) **12** 7

ông bà **2** 10

ông (ngoại) **3** 2

ống **12** 15, **51** 57

ống bơm **52** 21

ống bọt nước (để canh mực bằng phẳng) **82** 3

ống cao-su **78** 18

ống cao-su dẫn nước **27** 14

ống chai nhỏ dùng trong phòng thí-nghiệm **78** 14

ống dẫn nước **35** 18, **42** 8

ống dòm, ống nhòm **90** 7

ống điếu **16** 26

ống hút **16** 10

ống kính **100** 6

ống khí-quản **5** 60

ống khói **52** 33

ống khói tàu **58** 18

ống máng xối **27** 18

ống nhỏ giọt **78** 26

ống nhún **52** 31

ống sáo **98** 13

ống sáo nhỏ, ống tiêu **98** 12

ống thông hơi (cho thợ lặn) **91** 34

ống thử **78** 9

ống thực-quản **5** 61

ống xy-lanh có khắc đơn-vị đo-lường **78** 25

ở, tại, nơi (cửa sổ) **102** 1

ở dưới, ở bên dưới (con mèo trắng) **102** 3

ở dưới, ở phía dưới (cái bàn viết) **102** 8

ở giữa, giữa (hai cái gối) **102** 4

ớt **7** 22

ở trên, trên đầu (con mèo đen, con mèo mun) **102** 2

pháo-tháp trên tàu chiến **48** 12

phát năng-xuất **80** B

phát thư **46** A

phân-số **79** D

phấn **76** 10

phấn đánh mắt **23** 30

phấn em bé **33** 7

phần sau lái của tàu **58** 11

Phi-châu **70** 4

phi-công **56** 15

phi-công phụ **56** 16

phi-cơ (phản-lực) **57** 18

phi-đạo **57** 19

phi-hành-đoàn **75** 12

phi-hành-gia **75** 5

phi-thuyền không-gian **75** A

phía trước, đằng trước (lò sưởi) **102** 6

phim ảnh **100** C

phong-cảnh **99** 2

phong ngừa **40** 1

phóng-pháo-cơ **48** 2

phóng-viên **86** 11

phòng đợi (của một tòa nhà lớn) **44** 2

phòng làm việc nhỏ **83** 5

phòng phi-công **56** 13

phổi **5** 63

phơ-rit-bi, frisbee **90** 13

quả banh **92** 26

quả banh túc-cầu **92** 13

quả bom **48** 3

quả bóng bàn **94** 19

quả bóng băng **92** 17

quả bóng chơi trên bải biển **90** 11

quả bóng chuyền **92** 22

quả bóng gôn **94** 7

quả bóng ném **94** 12

quả bóng rổ **92** 21

quả bóng racquet **94** 30

quả địa-cầu **47** 19

quai hàm **4** 38

quan tòa, chánh-án **43** 10

quán rượu **16** B

quản-thủ thư-viện (tham-khảo) **47** 23

quày bán thức ăn làm sẵn **14** 1

quày kiểm-soát sách **47** 2

quày rượu **16** 24

quày tính tiền **15** 26

quần áo giặt **35** 28

Quận Columbia **73** 51

que, thanh **12** 5

que chỉ mức dầu **51** 58

quét **38** 7

quẹt máy **16** 30

quỹ-đạo, qui-đạo **74** 21

ra khỏi (nước) **103** 7

ra-đi-ô **50** 18

rải cát **26** 14

rát cổ **40** 12

rau ạt-ti-sô **6** 11

rau cải đủ loại **18** 16

rau cải-xoong **6** 5

rau cần **6** 10

rau dền **6** 8

rau thơm **6** 9

rau xà-lách **6** 6

rau xà-lách gai **6** 7

rau xà-lách trộn **18** 13

răng **4** 42

rặng, vòng rào **81** 24

râu **62** 12a

râu mép **4** 40

râu quai nón **4** 39

rễ cây **61** 35d
rọi kiến **39** 1
rổ đi chợ **14** 8
rộng **24** 4
rờ, sờ, đụng **77** 2
rời **77** 13
ruộng (lúa mì) **81** 16
ruột **5** 67
ruột bánh xe **91** 29
rửa, giặt **38** 16
rừng cây **89** 32
rượu an-côn **39** 22
rượu mạnh (chai) **16** 22
rượu vang **16** 19
sa-mạc **71**
Sa-mạc Atacama **71** 50
Sa-mạc Gobi **71** 54
Sa-mạc Great Sandy **71** 55
Sa-mạc Mojave **71** 48
Sa-mạc Painted **71** 49
Sa-mạc Rub' al Khali **71** 52
Sa-mạc Sahara **71** 51
Sa-mạc Takla Makan **71** 53
sạch **24** 6
sao chổi **74** 2
Sao Diêm-vương **74** 19
Sao Hải-vương **74** 18
Sao Hỏa-tinh **74** 14
Sao Kim-tinh **74** 12
Sao Mộc-tinh **74** 15
sao sa, sao băng **74** 5
Sao Thổ-tinh **74** 16
Sao Thủy-tinh **74** 11
Sao Úranus **74** 17
sạp bán báo, sạp báo **45** 30
sân bãi gò-ghề **95** 6
sân bóng chảy, sân baseball, sân dã-cầu **93** A
sân chơi cho trẻ em **87** 15
sân đằng sau nhà **27** C
sân ga **54** 11
sân giao bóng **95** 1
sân gôn **95** B
sân-khấu **99** 5
sân-khấu hòa nhạc **87** 2
sân ném bóng **94** 13
sân nuôi gà vịt (ở quanh nhà kho) **81** 8

sân quần-vợt **95** A
sân trải gạch hay xi-măng **27** 17
sân trượt băng **94** 25
sân túc-cầu bầu dục **93** B
si-rô **18** 6
siết-chặt **38** 4
sọc **24** 17
sọc vuông **24** 22
số dzíp-cốt **46** 12
số nhà **45** 24
số tay **50** B
số thư-mục **47** 7
số tự-động **50** A
Sông Amazon **71** 59
Sông Congo **71** 62
Sông Hằng, Sông Ganges, Hằng-hà **71** 67
Sông Lena **71** 66
Sông Mississippi **71** 58
Sông Niger **71** 61
Sông Nile **71** 63
sông-ngòi **71**
Sông Ob **71** 64
Sông Parana **71** 60
Sông Rio Grande **71** 57
Sông Yenisey **71** 65
Sông Yukon **71** 56
sốt **40** 2
sở thú **87** 1
sợi dây **46** 20, **54** 1, **89** 23
sợi dây chuyền **23** 5
sợi dây đàn **98** 10a
sợi dây giày **20** 7
sơn **26** 1, **37** 31
súc-vật nuôi, gia-súc **81** 12
súng cối **48** 28
súng đại-bác, súng canh-nông **48** 11
súng máy **48** 25
súng trường **48** 21
sữa **14** 5
sửa-chữa **38** 10
sửa-chữa và bảo-trì **85** A
sườn đồi trượt tuyết **95** C
sườn heo **18** 15
sườn non **10** 10
sườn xe đàn bà, xe đạp đàn bà **52** 3
tác-giả **47** 8
tách **12** 19

tai **4** 34
tài-liệu in ra **83** 8
tài-xế xe đò **54** 3
tài-xế xe hàng **49** 16
tài-xế xe tắc-xi **55** 26
tạp-chí **47** 16
tàu biển hành-khách **58** 27
tàu chiến, chiến-hạm **48** 5
tàu chở dầu **58** 15
tàu chở hàng **58** 9
tàu ngầm **48** 7
tàu tuần-dương có phòng ngủ, du-thuyền thượng-hạng **59** 16
tay **4** B
tay cầm cửa xe **50** 4
tay cầm để giữ thăng-bằng **54** 8
tay cầm, ghi-đông (xe đua) **52** 2
tay cầm thường, ghi-đông thường **52** 12
tay dài **21** 15
tâm-điểm **79** 13
tấm bảng đen **76** 5
tấm bảng số **50** 28
tấm bảng treo dụng-cụ **36** 15
tấm che nắng **50** 5
tấm gỗ dầu giường **32** 14
tấm kính dùng trong kính hiển vi **78** 31
tấm lịch **83** 9
tấm màn **99** 1
tấm màn ảnh **100** 14
tấm màn bồn tắm **34** 5
tấm màn che cửa số **33** 1
tấm nệm **32** 17
tấm nệm hơi **91** 26
tấm nệm lò-xo **32** 18
tấm ra, tấm vải trải giường **32** 19
tấm thảm **32** 28
tấm thảm phòng tắm **34** 12
tấm thớt **30** 26
tấm trải giường **32** 23
tấm ván **82** 16
tấm ván bấp-bênh (cho trẻ em chơi) **87** 18
tấm ván chân giường **32** 24
tấm ván hậu **92** 19
tấm ván lợp nhà **82** 2
tấm ván tập bơi **91** 27
tấm ván trượt nước **91** 25
tấm ván trượt tuyết **95** 17

tập (diêm) **12** 17

(tập) diêm quẹt **16** 28

tập điểm, đầu cực (của bình điện) **51** 55

tập giấy ghi điện-thoại **83** 25

tập giấy vàng (dài) **83** 26

tập hồ-sơ **83** 22

tây, phương tây **71** 74

tép (tỏi) **7** 25a

tên sách **47** 9

tiệm ăn gia-đình **16** A

tiệm bánh **44** 6

tiệm buôn lớn **44** 5

tiệm sách **45** 18

tiệm thuốc, nhà thuốc **45** 22

tiềm-vọng-kính **48** 8

tiền-bạc **13**

tiền-đạo giữa **93** 27

tiền giấy, đồng mỹ-kim giấy **12** 25

tiền típ, tiền nước **55** 22

tiền xe **55** 21

tiền xu, cắc **12** 26

tiếp-đãi-viên **86** 17

tiếp-nhận hành-khách ở sân bay **56**

tiết-diện **79** 15

Tiểu-bang Alabama **72** 1

Tiểu-bang Alaska **72** 2

Tiểu-bang Arizona **72** 3

Tiểu-bang Arkansas **72** 4

Tiểu-bang Bắc Carolina **73** 33

Tiểu-bang Bắc Dakota **73** 34

Tiểu-bang California, Tiểu-bang Ca-li **72** 5

Tiểu-bang Colorado **72** 6

Tiểu-bang Connecticut **72** 7

Tiểu-bang Delaware **72** 8

Tiểu-bang Florida **72** 9

Tiểu-bang Georgia **72** 10

Tiểu-bang Hawaii, Tiểu-bang Hạ-uy-di **72** 11

Tiểu-bang Idaho **72** 12

Tiểu-bang Illinois **72** 13

Tiểu-bang Indiana **72** 14

Tiểu-bang Iowa **72** 15

Tiểu-bang Kansas **72** 16

Tiểu-bang Kentucky **72** 17

Tiểu-bang Louisiana **72** 18

Tiểu-bang Maine **72** 19

Tiểu-bang Maryland **72** 20

Tiểu-bang Massachusetts **72** 21

Tiểu-bang Michigan **72** 22

Tiểu-bang Minnesota **72** 23

Tiểu-bang Mississippi **72** 24

Tiểu-bang Missouri **73** 25

Tiểu-bang Montana **73** 26

Tiểu-bang Nam Carolina **73** 40

Tiểu-bang Nam Dakota **73** 41

Tiểu-bang Nebraska **73** 27

Tiểu-bang Nevada **73** 28

Tiểu-bang New Hampshire **73** 29

Tiểu-bang New Jersey **73** 30

Tiểu-bang New Mexico, Tiểu-bang Tân Mễ-tây-cơ **73** 31

Tiểu-bang New York, Tiểu-bang Nữu-Ước **73** 32

Tiểu-bang Ohio **73** 35

Tiểu-bang Oklahoma **73** 36

Tiểu-bang Oregon **73** 37

Tiểu-bang Pennsylvania **73** 38

Tiểu-bang Rhode Island **73** 39

Tiểu-bang Tây Virginia, Tiểu-bang West Virginia **73** 48

Tiểu-bang Tennessee **73** 42

Tiểu-bang Texas **73** 43

Tiểu-bang Utah **73** 44

Tiểu-bang Vermont **73** 45

Tiểu-bang Virginia **73** 46

Tiểu-bang Washington, Tiểu-bang Hoa-thịnh-đốn **73** 47

Tiểu-bang Wisconsin **73** 49

Tiểu-bang Wyoming **73** 50

tim **5** 64

toa xe **54** 9

tòa án **43** B

tòa nhà dùng làm văn-phòng **44** 1

tòa nhà có nhiều căn **45** 23

tóc **4** 30

tóc mai **4** 33

tóc rẽ **4** 31

tỏi **7** 25

tôm cua **11** D

tổng-đài điện-thoại **83** 3

tờ báo **21** 48

tủ đá **14** 3

tủ khóa (dành cho học sinh) **76** 6

từ (sân) **103** 10

từng điều-khiển chuyến bay **75** 10

tưới nước **26** 5

tương ketchup **16** 4

thái-dương-hệ, hệ mặt trời **74** B

thám-tử **43** 2

than đá **80** 7

thanh **12** 18

thay (ra giường) **38** 13

thắp đèn, đốt đèn **17** 13

thân cây **61** 35b

thân máy bay **57** 14

thân-thể **4** A

thận **5** 70

tháp **24** 12

thẻ thư-mục **47** 6

thẻ thư-viện **47** 3

thể-thao-gia thẩm-mỹ **94** 23

thêu bằng kim móc, thêu móc cờ-rô-sê **101** 28

thêu đầu mối kim **101** 26

thịt **10** A

thịt ba chỉ **10** 11

thịt ba chỉ chiên **18** 33

thịt bíp-tếch **10** 5

thịt bò **10** 1

thịt bò ra-gu, thịt bò hầm **18** 14

thịt bò xay **10** 2

thịt cừu **10** 13

thịt đùi **10** 12

thịt heo **10** 6

thịt (heo) quay **10** 8

thịt phi-lê (cá), cá cắt lát dọc **11** 28

thịt quay **10** 3

thịt ra-gu, thịt hầm **10** 4

thịt sườn **10** 9, **10** 15

thợ cắt tóc, thợ hớt tóc **84** 3

thợ chụp hình, thợ nhiếp-ảnh **86** 4

thợ điện **85** 6

thợ làm bánh **84** 8

thợ làm kính **84** 9

thợ làm nữ-trang, người bán nữ-trang **84** 12

thợ may **84** 6

thợ máy **84** 2

thợ mộc **85** 2

thợ sửa-chữa **84** 5

thợ sửa ống khóa **85** 4

thợ sửa ống nước **85** 1

thợ uốn tóc **84** 10
thợ xây-cất **82** l4
thời-biểu **55** 20
thùng cạt-tông **12** 1
thùng nước **51** 56
thùng thư Hoa-kỳ **46** 6
thuốc đánh móng tay **23** 25
thuốc đánh răng **34** 16
thuốc giặt quần áo, xà-bông giặt
    quần áo **35** 25
thuốc gội đầu, xà-bông gội đầu **34** 8
thuốc làm cho quần áo mướt **35** 27
thuốc lau cửa sổ **35** 10
thuốc lau nhà **35** 9
thuốc-men **41**
thuốc nhỏ mắt **41** 10
thuốc tẩy quần áo **35** 26
Thủy-quân lục-chiến **48** 17
thuyền cấp-cứu **58** 19
thuyền chèo **59** 23
thuyền đánh cá **58** 1
thuyền máy **59** 13
thư **46** 2
thư-mục theo thẻ **47** 4
thư tốc-hành (bưu-kiện tốc-hành) **46** 23
thức ăn đóng hộp **14** 13
thức ăn khô **15** 24
thức ăn nhẹ giữa bữa **15** 18
thức uống **14** l4
thực-đơn **16** 7
thực-phẩm đông lạnh, thức ăn đông
    lạnh **14** 2
thực-phẩm làm bằng sữa **14** 4
thượng-huyền, tuần trăng non **74** 23
trà **16** 15
trả tiền **17** 7
trại nuôi bò sữa **81** A
trại nuôi súc-vật **81** C
trái anh-đào **9** 19
trái a-vô-ca **9** 33
trái banh quần-vợt, quả bóng quần-vợt **94** 1
trái banh softball **92** 10
trái bí đỏ, bí rợ **7** 26
trái bí dzu-ki-ni **7** 27
trái bí rợ loại nhỏ **7** 28
trái bưởi **8** 7
trái cam **8** 8

trái cân **78** 5
trái cây chua **8**
trái cây khô **9**
trái (có vỏ cứng) **61** 33b
trái chà-là **9** 22
trái chanh **8** 9, **8** 10
trái dâu **8**
trái dâu đen **8** 12
trái dâu rừng **8** 16
trái dâu rừng xanh **8** 1
trái dâu tây **8** 15
trái dâu tía **8** 13
trái dâu xanh **8** 14
trái dừa **8** 3
trái dưa bí **9** 36
trái dưa-hấu **9** 26
trái dưa mật **9** 35
trái đào **9** 37
Trái Đất, Quả Đất **74** 8, **74** 13
trái đu-đủ **8** 6
trái lê **8** 18
trái mận **9** 34
trái mận khô **9** 23
trái mơ **9** 25
trái nho khô **9** 24
trái sáng **51** 41
trái táo **8** 2
trái thông **41** 36b
trái thơm **8** 4
trái vải **9** 21
trái xoài **8** 5
trái xuân-đào **8** 17
trải (giường) **38** 8
trải thảm nguyên phòng **28** l5
trạm bán vé xe **54** 13
trạm không-gian **75** 1
trạm phát điện **80** 20
trạm xe buýt **44** 13
trán **4** 32
trặc chân, bong gân **40** 13
trăng mới, tuần trăng mới **74** 26
trăng tròn, tuần trăng tròn, trăng rằm **74** 24
treo **38** 6
trét, trải **17** 11
trên (tấm thảm) **102** 5
trên, trên đầu (cái bàn) **102** 10
trò chơi em bé **33** 31

trong (hộc bàn, ngăn kéo) **102** 7
trôn ốc **37** 42b
trồng **26** 4
trống tang đồng, cái kiểng đồng **98** 21
trụ điện, cột điện **80** 26
trụ gôn **93** 35
trụ tay lái **50** 13
trụ trên bờ để cột dây tàu **58** 26
(trục) chỉ **101** 2
trung-ương **93** 33
trứng (chiên một mặt) **18** 32
trường đua **95** D
trượt băng **97** 9
Úc-châu **70** 6
ủi, là **38** ll
uống **17** 2
ức **11** 21
ướt **25** 15
vách đá **89** 21
vách tường **28** 3
vai **4** 5
vai hậu-vệ **93** 34
vai hộ-vệ hữu **93** 28
vai hộ-vệ tả **93** 26
vai phòng-vệ **93** 30
vai tán-vệ **93** 24
vai trắc-vệ **93** 31
vành khăn thấm mồ hôi **20** 12
vào, vô (cái lỗ) **103** 12
văn-sĩ **86** 7
vật chia đôi đường **82** 24
vật chướng-ngại **82** 21
vật hình nón màu đỏ dùng để chắn
    đường **82** 18
vây cá **65** 3b
vẽ **77** 1l
vé lên máy bay **56** 18
vé máy bay **56** 4
vé xe **55** 16
về hướng (cái lỗ) **103** 4
vệ đường, lề đường **53** 22
vệ-tinh khí-tượng **75** 3
vệ-tinh viễn-thông **75** 2
viên **41** 7
viên đạn **48** 26
viên (thuốc) **41** 6
viên thuốc bột **41** 5

viễn-vọng-kính **74** 22

viết **77** 7

Vịnh Alaska **70** 17

Vịnh Baffin **70** 16

Vịnh Ba-tư **70** 28

Vịnh Bengal **70** 32

Vịnh Guinea **70** 25

Vịnh Hudson **70** 18

Vịnh Mễ-tây-cơ **70** 19

vi-phim **47** 13

vỏ **62** 1a

vỏ (cam, quít) **88** 8b

vỏ cây **61** 35c

vỏ đạn **48** 27

vỏ đậu **6** 17a

võ-trường **94** 17

vòi nước **42** 9

vòi nước lạnh **34** 18

vòi nước nóng **34** 17

vòi nước ngọt, vòi rượu **16** 20

vòng quanh (tháp đèn) **103** 2

vớ **22** 17

vớ dài đến đầu gối **22** 16

vớ đàn bà **22** 6

vớ quần lót đàn bà, vớ pantyhose **22** 5

vợ **2** 4

vũ ba-lê, kịch múa **99** A

vũ-khí và đạn-dược **48** C

vùng cấm-địa, vùng địa-đầu **93** 23

vườn trái cây **81** 1

xa-lộ liên-bang **53** 1

xà-bông rửa chén **30** 10

xà-phòng, xà-bông **34** 15

xăng máy bay **80** 31

xe bán thức ăn trưa **49** 8

xe buýt, xe đò **53** 20, **54**

xe cào tuyết **49** 5

xe cáp **55** 32

xe cần-trục, xe cần câu **49** 2

xe-cộ và khí-cụ **48** A

xe cứu-thương **42** 6

xe chở nhiên-liệu **49** 3

xe chở vật-liệu, xe đổ đất **49** 14

xe chở xe hơi **49** 17

xe chữa lửa, xe cứu-hỏa **42** 3

xe đẩy trong chợ **15** 19

xe dọn nhà **49** 11

xe đạp **52** 15

xe đạp ba bánh **52** 6

xe đạp chạy đường đất **52** 8

xe đạp đàn ông, sườn xe đàn ông **52** 11

xe đáy bằng **49** 18

xe điện ngầm **54** B

xe điện trời **55** 31

xe đi trại, xe cắm trại **53** 16

xe hàng **53** 25

xe hàng đẩy tay **87** 4

xe hành-khách **53** 15

xe hơi bốn cửa **51** E

xe hơi (hai cửa) **51** D

xe jeep **48** 9

xe kéo hàng, xe hàng **49** 15

xe lửa **55** C

xe lửa chạy đường ngắn **55** 14

xe lửa điện, xe điện **55** 30

xe móc chở người trượt tuyết **95** 18

xe monorail **55** 29

xe mô-tô **52** 30, **53** 30

xe nâng hàng **58** 4

xe ngựa **55** 33

xe pickup **49** 4

xe quét đường **49** 1

xe rác **49** 6

xe rờ-moọt **53** 10

xe station wagon, xe familial **50** C

xe tắc-xi **55, 55** 27

xe tăng **48** 10

xe thùng **49** 9, **53** 26

xe trộn xi-măng **49** 13

xe xì-cút-tơ **52** 29

xe xì-po, xe thể-thao **53** 17

xé **77** 9

xếp lại, gấp lại **38** 1

xi-lô, nhà tròn chứa thức ăn cho súc-vật **81** 4

xi-măng **82** 10

xóa, tẩy, chùi (bảng) **77** 3

xu **12** 27

xuồng bằng cây bọc da của người Ết-ki-mô **59** 17

xuống (dốc, đồi) **103** 3

xuồng nhỏ chở theo tàu **59** 18

xuyên qua (tháp đèn) **103** 1

xương sống **5** 58

xướng-ngôn-viên đài phát-thanh **86** 9

xưởng để máy bay **57** 17

y-tá **42** 7

y-tá nha-khoa **39** 14